AF529551

അരുൺകുമാർ പി. ആർ.

ഇടുക്കി അണക്കര സ്വദേശി. അധ്യാപകനാണ്. അരുൺ അണക്കര എന്ന പേരിൽ മാസികകളിൽ കഥകൾ പ്രസിദ്ധീകരിച്ചിട്ടുണ്ട്. ജനപ്രിയനോവൽ സാഹിത്യത്തോട് കൂടുതൽ പ്രിയം. ഫെയ്സ്ബുക്ക് ഗ്രൂപ്പുകളിൽ നിരവധി വായനക്കാരുള്ള മൂന്നു നോവലുകൾ രചിച്ചിട്ടുണ്ട്. സ്വന്തം ഋതു, വിപഞ്ചിക, നീലക്കടമ്പ് എന്നിവയാണ് നോവലുകൾ. ക്രൈംഫിക്ഷൻ രംഗത്തും സജീവമാണ്. ഇപ്പോൾ ഒരു ഫേസ്ബുക്ക് കൂട്ടായ്മയിൽ ക്ഷത്രിയവംശം എന്ന ആക്ഷൻ ത്രില്ലർ നോവൽ പ്രസിദ്ധീകരിച്ചുവരുന്നു.

ഭാര്യ : പ്രിയ അരുൺ
മകൻ : ദേവനന്ദ്
ഫോൺ : 7012954063
Email : arunn0055@gmail.com

Malayalam Language
Librariante Maranam
(Crime Novel)
by
Arunkumar P. R.
♦
Published in March 2022
by Kairali Books Private Limited
Thalikkavu Road, Kannur-670 001
Ph : 0497-2761200
E-Mail : kairalibooksknr@gmail.com
♦
Cover Design :
Prasanth Mangad
♦

© All rights reserved
No part of this publication may be reproduced, stored in or introduced into a retrieval system, or transmitted, in any form, or by any means, electronic, mechanical, photocopying, recording or otherwise without the prior written permission of the publisher.

Price ₹ : 170.00
103/21-22/Sl.No.1294/500/NS 18.6
ISBN 978-93-49727-15-1

ലൈബ്രേറിയന്റെ മരണം

അരുൺകുമാർ പി. ആർ.

കൈരളി ബുക്സ്

പ്രസാധക കുറിപ്പ്

ക്രൈം ഫിക്ഷൻ വിഭാഗത്തിൽ വലിയ മുന്നേറ്റങ്ങളൊന്നും തന്നെ മലയാള സാഹിത്യത്തിൽ ഇതുവരെയായി ഉണ്ടായിരുന്നില്ല. വിരലിലെണ്ണാവുന്ന എഴുത്തുകാർ മാത്രമേ നമ്മുടെ ഭാഷയിൽ ഈ വിഭാഗത്തിൽ സജീവമായി ഉണ്ടായിരുന്നുള്ളൂ. എന്നാൽ മുഖ്യധാരാ സാഹിത്യ രംഗത്ത് ഇവർക്ക് കേവലമായ പരിഗണനകൾ കിട്ടിയിരുന്നുമില്ല.

അടുത്ത കാലത്ത് ക്രൈം നോവൽ വായനയിലുണ്ടായ മാറ്റം അസാധാരണമാണ്. പുതു തലമുറയിലെ ധാരാളം എഴുത്തുകാരും ഈ മേഖലയിലേക്ക് കടന്നു വന്നിട്ടുണ്ട്. അതിൽ പ്രതീക്ഷ തരുന്ന രചനകൾ ഒരുപാടുണ്ട്. ഈ അവസരത്തിലാണ് കൈരളി ബുക്സ് ഈ വർഷം ക്രൈം നോവൽ മത്സരം സംഘടിപ്പിച്ചത്. എൺപത്തിനാലോളം രചനകൾ കിട്ടിയതിൽ നിന്നും പ്രമേയത്തിലും അവതരണത്തിലും മികവു പുലർത്തിയ അഞ്ച് നോവലുകൾ അവസാന ചുരുക്കപ്പട്ടികയിൽ ഇടം പിടിക്കുകയുണ്ടായി. അതിലൊന്നാണ് ശ്രീ. അരുൺകുമാർ പി.ആർ എഴുതിയ 'ലൈബ്രേറിയന്റെ മരണം' എന്ന നോവൽ. ക്രൈം നോവൽ രംഗത്ത് വളരെയധികം പ്രതീക്ഷ നൽകുന്ന എഴുത്തുകാരനാണ് അരുൺകുമാർ പി.ആർ. അദ്ദേഹത്തിന്റെ ഈ കൃതി വായനക്കാർക്ക് ക്രൈം ഫിക്ഷന്റെ എല്ലാ വായനാനുഭവവും നൽകുമെന്ന പ്രതീക്ഷയോടെ നിങ്ങൾക്കായ് സമർപ്പിക്കുന്നു.

സ്നേഹത്തോടെ
ഒ. അശോക് കുമാർ
മാനേജിംഗ് എഡിറ്റർ

1. ബെൽമോണ്ടിന്റെ ചരിത്രം

ചുവന്ന ഓട്ടുരുളി പോലെ പടിഞ്ഞാറ്സൂര്യൻ തലതാഴ്ത്തി മറഞ്ഞു. തീവണ്ടിയുടെ ജനാലകൾ തുറന്നു വച്ചിരിക്കുകയായിരുന്നു. വിശാലമായ ഹരിത പ്രദേശങ്ങളിലൂടെ തീവണ്ടി മുന്നോട്ട് പൊയ്ക്കൊണ്ടിരുന്നു. സായാഹ്നത്തിലെ ഇളം കാറ്റിനു നല്ല സുഗന്ധവും തണുപ്പും....ഞാൻ ഡയാനയെ നോക്കി, അവൾ ഒരു പുസ്തകത്തിൽ മുഖം പൂഴ്ത്തിയിരിപ്പാണ്.

'ഡയാന നമ്മൾ ശരിക്കും പോകുന്നത് ഒരു ഓണം കേറാമൂലയിലേക്ക് ആണോ...?'

'ഓണംകേറാമൂലയോ.... ?'

അനിഷ്ടം നിറഞ്ഞ മുഖം അവൾ പുസ്തകത്തിൽ നിന്നുയർത്തി...

'ചരിത്രപ്രസിദ്ധമായ സ്ഥലമാ ബെൽമോണ്ട്... അറിയാമോ...?'

'പിന്നെ ചരിത്രപ്രസിദ്ധമായ നീ ചുമ്മാ കഥയിറക്കുവാ എന്നെ പറ്റിക്കാൻ....'

'വിശ്വാസമില്ലെങ്കിൽ ഞാൻ പറഞ്ഞു തരാം... എല്ലാം കേട്ടിട്ട് നീ തീരുമാനിക്ക് പ്രസിദ്ധം ആണോ അല്ലയോ എന്ന്....'

'ശരി പറയ്...കേട്ടിട്ട് തീരുമാനിച്ചാൽ മതിയല്ലോ അങ്ങനെ തന്നെ ചെയ്യാം...'

ഡയാന ഒരു സംഭാഷണത്തിന് തയ്യാറായി,

'ബൽമോണ്ടിന്റെ ചരിത്രം തുടങ്ങുന്നത് ഏകദേശം ആയിരം കൊല്ലങ്ങൾക്കു മുമ്പാണ്. കൊച്ചിരാജാവിന്റെ സാമന്തൻ ആയിരുന്ന പുറക്കാട് രാജാവിന് കൊച്ചിരാജാവ് ഇഷ്ടദാനം കൊടുത്ത സ്ഥലമായിരുന്നു അത്. അനന്തരവകാശികൾ അവിടം ഒരു 300 കൊല്ലത്തോളം കൈവശം വെച്ചു.

അന്ന് ഒരു വനപ്രദേശം ആയിരുന്നു അവിടം, വന്യമൃഗങ്ങൾ ധാരാളമുള്ള, കാട്ടു മരങ്ങൾ ഇടതൂർന്നു വളരുന്ന സ്ഥലം.. ആ കാലത്ത് ആണ് പോർച്ചുഗീസുകാർ കേരളത്തിൽ വരുന്നത്. അവർ കോഴിക്കോട് സാമൂതിരിയുമായി ആദ്യം അത്ര രസത്തിൽ ആയിരുന്നില്ല, കൊച്ചിരാജാവ് സാമൂതിരിയുടെ ശത്രുവും ആയിരുന്നു,

അതുകൊണ്ടുതന്നെ അദ്ദേഹവുമായി അവർ അടുത്തു. 1498ൽ ഇവിടെ വന്ന വാസ്കോഡഗാമ കൊച്ചിരാജാവിനെ ആദ്യം സന്ദർശിച്ച് ആ കൊട്ടാരത്തിൽ താമസിച്ചു. പിന്നീട് വന്ന പെഡ്രോ അൽവാരിസ് കബ്രാൾ ആ ബന്ധം ഒന്നുകൂടി ദൃഢമാക്കി,

ആ സമയത്താണ് തങ്ങൾക്ക് പാണ്ടികശാല പണിയാൻ ഒരു സ്ഥലം ആവശ്യമാണെന്ന് കബ്രാൾ കൊച്ചി രാജാവിനോട് ആവശ്യപ്പെടുന്നത്. കൊച്ചിയിൽ ഒരു വാണിജ്യ കണ്ണുതുറക്കുക എന്നതായിരുന്നു കബ്രാളിന്റെ ഉദ്ദേശം,പുറക്കാട് രാജ്യത്തെ അന്നത്തെ രാജാവായിരുന്ന ഗജവർമന്റെ കയ്യിൽ നിന്നും പോർച്ചുഗീസുകാർ ആ പ്രദേശം വിലയ്ക്കു വാങ്ങി.കൊച്ചിരാജാവിന്റെ നിർദേശപ്രകാരമായിരുന്നു അത്.

കബ്രാളിന്റെ അടുത്ത അനുയായി ആയിരുന്ന കാർമേലിയോ ആ പ്രദേശത്തിന്റെ പടിഞ്ഞാറുഭാഗത്ത് ഉണ്ടായിരുന്ന ഇടതൂർന്ന വനം അങ്ങനെ തന്നെ നിലനിർത്തി. അവിടെ ആ സ്ഥലത്ത് ഒത്ത നടുക്കായി ഒരു ചെറിയ ബംഗ്ലാവ് പണികഴിപ്പിച്ച് അവിടെ താമസിച്ചു.അവിടെ താമസിച്ചു കൊണ്ട് കാർമേലിയോ പാണ്ടികശാലയുടെ പണിക്ക് മേൽനോട്ടം വഹിച്ചു. ഇപ്പോഴും ആ വനവും ബംഗ്ലാവിന്റേയും പണ്ടകശാലയുടെയും അവശിഷ്ടങ്ങളും ബെൽമോണ്ടിലുണ്ട്. താമസിയാതെ തന്നെ കാർമീലിയോ പോർച്ചുഗലിലേക്ക് തിരിച്ചുപോയി. പിന്നെ വന്ന ഗവർണറാണ് അനക്സോ അദ്ദേഹം ആ ഗ്രാമത്തെ വീണ്ടും പരിഷ്കരിച്ചു. കുന്നിൻമുകളിൽ ഒരു ബസലിക്ക പണികഴിപ്പിച്ചു.ആ ബസലിക്കയാണ് ഇന്ന് അവിടെയുള്ള പുണ്യ പുരാതനമായ പള്ളി... സെന്റ് അഗസ്റ്റ്യാനോ ബസലിക്കാ....ബെൽമോണ്ടിന്റെ കിഴക്കുള്ള കുന്നിൻ മുകളിലാണ് ആ ബസലിക്ക. 1498 ൽ ഗാമ വന്നപ്പോഴും 1502 ഫെബ്രുവരിയിൽ കബ്രാൾ വന്നപ്പോഴും ബെൽമോണ്ട് ഒരു രൂപഘടനയിൽ ആയിരുന്നില്ല....

കബ്രാളിന്റെ ഭരണത്തിന്റെ അവസാനഘട്ടത്തിലാണ് ബൽമോണ്ട് ഒരു രൂപഘടന കൈവരിക്കുന്നത്.... 1503 മാനുവൽ കോട്ട എന്ന ആദ്യത്തെ കോട്ട നിർമ്മിക്കാൻ അൽബുക്കർക്ക് പദ്ധതിയിട്ടത് ബെൽമോണ്ടിലായിരുന്നു. എതിർപ്പുകൾ മൂലം നടന്നില്ല, പല കാലഘട്ടങ്ങളിൽ കശുവണ്ടി, പുകയില, ആത്തിക്ക, പേരക്ക, പിറുത്തിച്ചക്ക, പപ്പയ്ക്ക തുടങ്ങി എല്ലാവിധ വിളകളും അവർ ഇവിടെ കൊണ്ടുവന്നു നട്ടുവളർത്തി.

ഏതുതരത്തിലുള്ള വിളയും സമൃദ്ധമായി വിളയുന്ന അത്ഭുത പ്രദേശമാണ് ബെൽമോണ്ടെന്നു സെൻറ് ഫ്രാൻസിസ് സേവ്യർ തന്റെ യാത്രാവിവരണങ്ങളിൽ രേഖപ്പെടുത്തിയിട്ടുണ്ട്. തങ്ങളുടെ അധികാര ശക്തി ക്ഷയിച്ച പതിനേഴാം ശതകത്തോടുകൂടി ഡച്ചുകാർ പിടിമുറുക്കി

എങ്കിലും ബെൽമോണ്ട് ശരിക്കും ഒരു പോർച്ചുഗീസ് കോളനിയായിരുന്നു എന്നുള്ളത് സംശയത്തിന് അതീതമായിരുന്നു .

ഡച്ച് ഉദ്യോഗസ്ഥർ സാമർഥ്യവും സ്വഭാവശുദ്ധിയും ഉള്ളവരായിരുന്നു. അവർ ഭരണം സമർഥമായി നിർവഹിക്കുകയും ചെയ്തിരുന്നു,ഡച്ച് ശക്തിക്ക് ബെൽമോണ്ട് പോലെ ഫലഭൂയിഷ്ഠമായ പ്രദേശത്ത് ശരിക്കും ഒരു കണ്ണുണ്ടായിരുന്നു എങ്കിലും അവരുടെ കൈവശം അത് എത്തപ്പെട്ടില്ല. ബത്തേവിയയിലെ ഗവർണർ ജനറൽ കൗൺസിലിന്റെ മേൽനോട്ടത്തിലായിരുന്നു ഡച്ച് പ്രദേശങ്ങൾ ,അവർക്ക് ഇവിടത്തോട് വലിയ താല്പര്യങ്ങൾ ഉണ്ടായിരുന്നുമില്ല. പിന്നീട് വന്ന ബ്രിട്ടീഷ്കാരും ഫ്രഞ്ചുകാരും ബെൽമോണ്ട് കൈവശപ്പെടുത്താൻ കിണഞ്ഞു പരിശ്രമിച്ചു. ആദ്യം വിജയിച്ചത് ഫ്രഞ്ചുകാർ ആണെങ്കിലും 1744 യൂറോപ്പിൽ വച്ച് നടന്ന ഇംഗ്ലണ്ട് ഫ്രാൻസ് യുദ്ധം സ്ഥിതിഗതികളെ പിന്നെയും മാറ്റിമറിച്ചു. 1749ലെ എയ്ലാ ഷാപ്പെൽ സന്ധി സമാധാനം പുനസ്ഥാപിച്ചു. പക്ഷേ പിന്നീട് 1886 ഒക്ടോബറിൽ ഇംഗ്ലണ്ടും ഫ്രാൻസും തമ്മിൽ വീണ്ടും യുദ്ധം ആരംഭിച്ചു അതും ബെൽമോണ്ടിന്റെ ഭാവി തുലാസിലാക്കി... പക്ഷേ താമസിയാതെതന്നെ ബ്രിട്ടീഷുകാർ തങ്ങളുടെ അധീശത്വം അവിടെ ഉറപ്പിക്കുക തന്നെ ചെയ്തു. ആദ്യകാലത്ത് പോർച്ചുഗീസുകാർ പണിത ബസലിക്ക ബ്രിട്ടീഷ് അധികാരികൾ നശിപ്പിക്കാൻ മെനക്കെട്ടില്ല....പകരം അത് അവരുടെ രീതിയിൽ പുതുക്കി പണിതു. അങ്ങനെ തന്നെ നില നിർത്തിയ മറ്റൊന്നാണ് അവിടുത്തെ ലിറ്റിൽ ലിസ്ബൺറെയിൽവേ സ്റ്റേഷൻ.... കാർമേലിയോയുടെ കാലത്ത് തന്നെ ഇവിടെ റെയിൽ ഗതാഗതത്തിന് എന്ന പേരിൽ കുറച്ചു സ്ഥലം ഒഴിച്ചിട്ടിരുന്നു....

അതിനാൽ ഒരു റെയിൽവേ സ്റ്റേഷൻ ഉണ്ടാവുകയാണെങ്കിൽ അത് പോർട്ടുഗലിലെ ഒരു പ്രദേശമായ ലിസ്ബണിലെ മകൾ എന്ന അർഥത്തിൽ ലിറ്റിൽ ലിസ്ബൺ എന്ന് വിളിക്കണം എന്ന് അദ്ദേഹം അധികാരികൾക്ക് കത്തെഴുതിയിരുന്നു. അതിനോട് അടുത്ത തെരുവിനും ആ പേരായിരുന്നു. റെയിൽവേ ആരംഭിച്ച കാലത്ത് ബ്രിട്ടീഷുകാർ അവിടെ ഒരു റെയിൽവേ സ്റ്റേഷൻ പണിയുകയും അതിനെ അനുകൂലിക്കുകയും ചെയ്തു. പിന്നീട് വന്നവരൊന്നുംപേരു മാറ്റിയില്ല, വൻതോതിൽ കുരുമുളക് കൃഷി നടത്തിയ സ്ഥലമായിരുന്നു ഒരുകാലത്ത് ബെൽമോണ്ട് എന്ന അനുഗ്രഹീത ഗ്രാമം ഇരുപതാംനൂറ്റാണ്ടിന്റെ ആദ്യകാലത്ത് ഇവിടെ ജോലി ചെയ്തിരുന്ന സുഹൃത്തുക്കളുടെയും ചിരകാല അഭിലാഷം എന്ന നിലയിൽ ലൈബ്രറി തുടങ്ങി. അതിനു വർഷങ്ങളുടെ പ

ഴക്കമുണ്ട് ബെൽമോണ്ട് ആകർഷിക്കപ്പെടുന്നത് പുതുമയുടെ പേരില ല്ല, അത്ഭുതങ്ങൾ നിറഞ്ഞ പഴമയുടെ പേരിലാണ്.

ഞാൻ വാ പൊളിച്ചപടിനിൽക്കുകയായിരുന്നു അപ്പോൾ... തീവണ്ടി നീട്ടി ചൂളം വിളിച്ചു.... വണ്ടി ഒരു റെയിൽവേ സ്റ്റേഷൻ അടുത്തിരുന്നു അപ്പോൾ....

'ഇതാണ് സ്റ്റേഷൻ ഇവിടെ നമുക്ക് ഇറങ്ങാം....'

അവൾ പറഞ്ഞു.

ട്രെയിൻ അപ്പോൾ നിശ്ചലമായിരുന്നു.

2. ഒരു ക്രിസ്മസ് അവധിക്കാലം

ഞങ്ങൾ ലിറ്റിൽ ലിസ്ബൺ റെയിൽവേ സ്റ്റേഷനിൽ ഇറങ്ങിയപ്പോൾ നേരം വല്ലാതെ ഇരുട്ടിയിരുന്നു.... ഞാനും എന്റെ പ്രിയപ്പെട്ട സ്നേഹിതയും... അവളെ നിങ്ങൾക്ക് പരിചയപ്പെടുത്താം.

ഡയാന എന്നാണ് അവളുടെ പേര്.... ഒരു ഡിറ്റക്ടീവ് നോവലിസ്റ്റ് ആണ്... പുതിയ നോവൽ രചനയ്ക്ക് വേണ്ടിയും തന്റെ അമ്മയുടെ ഇളയ ആങ്ങളയുടെ കൂടെ ക്രിസ്മസ് ആഘോഷിക്കുവാനും ആണ് അവളുടെ വരവ്... കൂടെ ഞാനും....

അനാഥയായ എനിക്ക് വളരെ ചെറുപ്പത്തിൽ കിട്ടിയ കൂട്ടുകാരിയാണ് അവൾ. സ്നേഹസമ്പന്ന, ഐ ക്യൂ വളരെ കൂടിയ ഒരു ബുദ്ധി രാക്ഷസി.... പരീക്ഷകളിലെല്ലാം ഒന്നാംറാങ്ക്... അവളിൽ നിന്നും എല്ലാ അർത്ഥത്തിലും താഴെ നിൽക്കുന്ന എന്നെ സ്വന്തം കൂടപ്പിറപ്പിനെ പോലെയാണ് അവൾ കാണുന്നത്. അത്കൊണ്ടാണ് ഒറ്റയ്ക്ക് ഉള്ള വിരസമായ പകലുകൾ ഉപേക്ഷിച്ച് കുറച്ച് ദിവസം എങ്കിലും ഒന്ന് ആഹ്ളാദിക്കാൻ.... ഞാൻ അവളുടെ കൂടെ ഇറങ്ങിത്തിരിച്ചത്...

അവളോടൊപ്പമുള്ള ഒത്തുചേരലുകളും യാത്രകളും എനിക്ക് ഒരുപാട് പുതുമകൾ സമ്മാനിച്ചിട്ടുണ്ട്... പുതിയ അറിവുകൾ നൽകിയിട്ടുണ്ട്.... എപ്പോഴും ഒരു പുരുഷന്റെ തന്റേടമാണ്..... അവൾ കാണിച്ചിട്ടുള്ളത്.....തന്റെ നീണ്ട മുടിയിഴകൾ ചിന്താകുലമായി തഴുകികൊണ്ടിരിക്കുന്നത് അവളുടെ ഒരു ശീലമാണ്....

എന്നാൽ അപ്പോളും ഉരുണ്ട കണ്ണടയിലൂടെ തീക്ഷ്ണ നയനങ്ങൾ എന്തിലോ തറച്ചിരിക്കുന്നത് പതിവാണ്...

പ്ലാറ്റ്ഫോമിൽ നിന്ന് പുറത്തേക്ക് വന്നപ്പോൾ റെയിൽവേ സ്റ്റേഷന്റെ മുൻപിലായി പടർന്നു പന്തലിച്ചു നിൽക്കുന്ന ഒരു അത്തി മരത്തിന് ചുവട്ടിൽ വെളുത്ത കാറിൽ ചാരി ഒരു മധ്യവയസ്കൻ നിൽപ്പുണ്ടായിരുന്നു.അയാളെ കണ്ടതും അവളുടെ കണ്ണുകൾ വികസിച്ചു. അതിൽ നിന്നും അവളുടെ അങ്കിൾ അതാണെന്ന് ഞാൻ ഊഹിച്ചു. ചതുര കണ്ണാടി....ആഷ് കളർ ഷർട്ടും ബ്ലാക്ക് പാന്റും ആണ് ധരിച്ചിരിക്കുന്നത്.... വൃത്തിയായി ഇൻ സെർട്ട് ചെയ്തിരിക്കുന്നു. നല്ലപോലെ തടിച്ച ശരീരം,

ആ മുഖത്ത് ഒരു ലാളിത്യം നിലനിന്നിരുന്നു.

അവളെ കണ്ടപ്പോൾ അദ്ദേഹം ഓടി വന്നു കെട്ടിപ്പിടിച്ചു എന്നിട്ട് ആ നന്ദാശ്രുക്കൾ നിറഞ്ഞ മുഖത്തോടെ അടിമുടി നോക്കി.

'നേരം കളയേണ്ട... നമുക്ക് വീട്ടിലേക്ക് പോകാം...'

അവളുടെ ബാഗ് വാങ്ങി ഡിക്കിയിലേക്ക് വച്ച് തിരിഞ്ഞപ്പോഴാണ് അദ്ദേഹം എന്നെ കണ്ടത്. അപരിചിത ഭാവത്തിൽ അദ്ദേഹം എന്നെ നോക്കി,

'അങ്കിൾ ഞാൻ പരിചയപെടുത്താൻ മറന്നു ,ഇതാണ് എന്റെ സുഹൃത്ത് നിയ... എന്റെ അഭ്യർത്ഥന മാനിച്ച് നമ്മുടെ കൂടെ ക്രിസ്മസ് ആഘോഷിക്കാൻ വന്നതാണ്....'

'ഗുഡ് ഈവനിംഗ് അങ്കിൾ......'

ഞാൻ പറഞ്ഞു.....

'മോളെ നിനക്ക് ഈ ഗ്രാമത്തിലേക്ക് സ്വാഗതം....തമ്മിൽ കാണാൻ ഇങ്ങനെ സാഹചര്യമൊരുക്കിയ ദൈവത്തിന് നന്ദി എനിക്ക് ബന്ധം എന്ന് പറയാൻ ഇവൾ മാത്രമേ ഉള്ളൂ.... ഇപ്പോൾ വേറെ ഒരു ബന്ധവും ആയി. എന്റെ കണ്ണുകൾ നിറഞ്ഞു .അദ്ദേഹത്തിന്റെ പെരുമാറ്റം വളരെ ഹൃദ്യമായിരുന്നു.... അതുകൊണ്ടുതന്നെ ആദ്യം എനിക്ക് തോന്നിയ അപരിചിതത്വം അലിഞ്ഞു പോയി....

അദ്ദേഹമാണ് വാഹനമോടിച്ചത് പ്രകൃതി ദേവത തന്റെ മുഴുവൻ കഴിവുകളും ഉപയോഗിച്ച് നിർമ്മിച്ച പ്രദേശം. മലമടക്കുകളിൽ നിന്ന് മഞ്ഞ് പുക പോലെ ആ പ്രദേശത്തെ ഗ്രസിച്ചു. അദ്ദേഹം സമ്പന്നനാണെന്നു ഡയാന പറഞ്ഞ് എനിക്കറിയാം, ഒരു വലിയ തോട്ടത്തിന്റെ അകത്തേക്ക് വാഹനം പ്രവേശിച്ചു. വളരെ വിശാലമായി ഏക്കറുകളോളം പരന്നുകിടക്കുന്ന ഒരു വലിയ റബർതോട്ടം.ആ മരങ്ങളുടെ ചില്ലകളുടെ നിഴൽ കൊണ്ട് തന്നെ സന്ധ്യയ്ക്ക് ഇരുട്ട് കൂടുതലായിരുന്നു.പഴയ മാതൃകയിൽ പണികഴിപ്പിച്ച ഒരു ബംഗ്ലാവിന്റെ മുറ്റത്തേക്ക് ആണ് കാർ ചെന്നത്..... യൂറോപ്യൻ രീതിയിലായിരുന്നു അതിന്റെ നിർമ്മാണം....പണ്ട് ഏതോ സായിപ്പിന്റെ വക ആയിരുന്നു ഈ ബംഗ്ലാവും ചുറ്റുമുള്ള പ്രദേശങ്ങളും....അത് അയാളിൽ നിന്നും അങ്കിൾ വിലയ്ക്കു വാങ്ങുകയായിരുന്നു എന്ന് ഡയാന എന്നോട് പറഞ്ഞു.മുൻവാതിൽ നിർമ്മിച്ചിരിക്കുന്നത് വില കൂടിയ തടി ഉപയോഗിച്ചാണ്,ബംഗ്ലാവിന്റെ പരിസരത്ത് നല്ല വൃത്തിയും വെടിപ്പും ഉണ്ടായിരുന്നു .അതിന്റെ പുറത്ത് ഒരു വലിയ പുൽത്തകിടി ഉണ്ടായിരുന്നു.

ഒരു പ്രതിമയുടെ കൈയിലെ കുടത്തിൽ നിന്നും പുൽത്തകിടിയി

ലേക്ക് ജലം പ്രവഹിക്കുന്നു. അവിടെ ഒരു ചാരുകസേര ഇട്ടിട്ടുണ്ടായിരുന്നു...വെള്ളാരങ്കല്ലുകൾ പല നിറത്തിൽ വിതറി കൂടുതൽ ഭംഗി വരുത്തിയിരിക്കുന്നു .... പുൽത്തകിടിയെ ചുറ്റി മുള എന്ന് തോന്നിക്കുന്ന വസ്തുവിന്റെ ആകൃതിയിൽ ഗേറ്റ് നിർമ്മിച്ചിരിക്കുന്നു. അതിൽ ചെറിയ ലൈറ്റുകളും ഘടിപ്പിച്ചിട്ടുണ്ട്. അങ്കിൾ ഹോൺ മുഴക്കിയപ്പോൾ തന്നെ കാക്കി വേഷ ധാരിയായ ഒരു മനുഷ്യൻ ഓടി വന്നു. അവിടുത്തെ വേലക്കാരനാണെന്ന് തോന്നുന്നു. ഞങ്ങളുടെ ബാഗും മറ്റും എടുത്ത് അയാൾ അകത്തേക്ക് കൊണ്ടുപോയി.

'വീട് എങ്ങിനെ.... ഇഷ്ടമായോ...?.'

ചോദ്യം എന്നോടായിരുന്നു.. ചിരിച്ചുകൊണ്ട്   ഞാൻ തലകുലുക്കി.

ഡയാന എന്റെ കൈയും പിടിച്ച് അങ്കിളിനോടൊപ്പം അകത്തേക്ക് കയറി. അത് സാമാന്യം വലിയ ഒരു ഹാളായിരുന്നു. ആ ഹാളിൽ അഞ്ച് വാതിലുകൾ ഉണ്ട്.... ഹാളിന്റെ ഇടതുവശത്തു നിന്നു മുകളിലേക്ക് ഒരു കോണിപ്പടി കൂടി ഉണ്ടായിരുന്നു.

'നാളെ വെളുപ്പിന് നമുക്ക് പള്ളിയിൽ പോകണം ....അങ്കിൾപറഞ്ഞു.... അങ്കിൾ ഒരു മുൻ സൈനികൻ ആണെന്ന് ഡയാന പറഞ്ഞു എനിക്കറിയാം... ഒരുപാട് സ്ഥലങ്ങളിൽ ജോലി ചെയ്തിട്ടുണ്ട്. ഒരു സൈനികന്റെ ചിട്ടവട്ടങ്ങളും കർക്കശ സ്വഭാവവും... ഇപ്പോഴും അദ്ദേഹത്തിന് കൈമോശം വന്നിട്ടില്ല.

മുഴക്കമുള്ള വലിയ പേരാണ് അദ്ദേഹത്തിന്റേത്... വിക്ടർ ഗോമസ് അലക്സാണ്ടർ... ഇപ്പോൾ അദ്ദേഹം ഷേക്സ്പിയർ ലൈബ്രറിയിലെ ലൈബ്രേറിയനാണ്...

നാളെയാണ് ക്രിസ്തുമസ്, ഭക്ഷണം കഴിക്കാൻ ഇരുന്നപ്പോഴും മറ്റും അങ്കിൾ എന്നോട് വാതോരാതെ സംസാരിച്ചു.... സംസാരത്തിനിടയിൽ അദ്ദേഹത്തിന്റെ സുഹൃത്ത് എസ്.പി ഐസക്ക് തോമസിനെ ക്രിസ്തുമസിന് ഇങ്ങോട്ട് ക്ഷണിച്ചിട്ടുണ്ട് എന്ന വിവരവും അദ്ദേഹം പങ്കുവച്ചു.

'ഐസക്കും ഞാനും ഒന്നിച്ചു പഠിച്ചവരാ.....'

ഫോർക് കൊണ്ട് മുട്ട കഴിക്കുന്നതിനിടയിൽ അദ്ദേഹം പറഞ്ഞു.

'മോളെ നിന്നെ കുറിച്ച് ഒന്നും പറഞ്ഞില്ലല്ലോ....?.'

എന്നോട് ആയിരുന്നു ചോദ്യം... ഞാൻ ഒരു അനാഥയാണ് അങ്കിൾ.... ഓർമ്മവച്ച നാൾ മുതൽ ഒരു അനാഥാലയത്തിലാണ് വളർന്നത്, അത് പറയുമ്പോൾ വർഷങ്ങളുടെ ഏകാന്തമായ കോൺവെൻറ് ജീവിതം എന്റെ മനസ്സിൽ ഒരു ചലച്ചിത്രത്തിലെന്നപോലെ തെളിഞ്ഞു...

എന്റെ നിർവികാരത കണ്ടിട്ടെന്നോണം അദ്ദേഹത്തിന്റെ മുഖം മങ്ങി....

'ആരും അനാഥരായി ജനിക്കുന്നില്ല മോളെ.... നീയും അങ്ങനെതന്നെ... പുതിയ രണ്ടു ബന്ധുക്കളെ നിനക്ക് കിട്ടിയില്ലേ? ഞങ്ങൾ രണ്ടുപേരും.'

അദ്ദേഹം പറഞ്ഞു.

പെട്ടെന്ന് അവിടെ ആകെ ഒരു നിശബ്ദത പരന്നു. ഭക്ഷണം പൂർത്തിയാക്കിയപ്പോൾ അങ്കിൾ ആവേശത്തോടെ പറഞ്ഞു.

'നാളെ ഡയാനയുടെ സ്പെഷ്യൽ സ്ട്രോബറി കേക്ക് ലഞ്ചിന് ഉണ്ടായിരിക്കുന്നതാണ് എന്ന് ഞാനീ സഭയെ അറിയിച്ചുകൊള്ളുന്നു....'

ഡയാനയ്ക്ക് പാചകത്തിൽ അസാമാന്യ പാടവം ഉണ്ടെന്ന് എനിക്ക് നേരിട്ട് ബോധ്യപ്പെടുത്തി തന്നിട്ടുണ്ട്അവൾ.... എത്രനേരം കഴിഞ്ഞാലും അതിന്റ സ്വാദ് നാക്കിൽ നിറഞ്ഞുനിൽക്കും. ഏത് വിഭവം ഉണ്ടാക്കിയാലും അതിലൊരു ഡയാനടച്ച് ഉണ്ടായിരിക്കും. സ്പഷ്ടമാണ്. അത് അറിയാവുന്നത് കൊണ്ട് ഞാൻ അവളെ ഒരു ചെറുചിരിയോടെ നോക്കി. അവൾ ഒരു മറുപുഞ്ചിരിയോടെ തലകുലുക്കി. അത്താഴം കഴിഞ്ഞ് ഞങ്ങൾ ഉറങ്ങാൻ പോയപ്പോൾ സമയം പത്തുമണി ആയിരുന്നു....

പിറ്റേന്നു അവിടെ അടുത്തുള്ള സെൻറ് അഗസ്റ്റിൻ പള്ളിയിലെ കുർബാന കഴിഞ്ഞ് വീട്ടിലെത്തിയപാടെ വേലക്കാരി മേരി ഞങ്ങൾക്ക് കാപ്പി വിളമ്പി. അവരെ വേലക്കാരി എന്ന് മാത്രം പറയാൻ പറ്റില്ല, കാരണം ഡയാനയ്ക്കും അങ്കിളിനും വേലക്കാരി മാത്രമല്ല. ഡയാനക്ക് മേമ എന്ന വീട്ടുകാരിയാണ്.

ആശ്രയമില്ലാത്ത ഒരു വൃദ്ധയായ സ്ത്രീ അതാണ് മേരി. എന്തിനും ഏതിനും മേരി. അനിഷേധ്യമായ ഒരു സ്ഥാനം അവർക്കുണ്ടായിരുന്നു ആ വീട്ടിൽ. ഒരു സമയത്തും അവർ വെറുതെ ഇരിക്കുന്നത് ഞാൻ കണ്ടിട്ടില്ല, എപ്പോഴും എന്തെങ്കിലും ജോലി ചെയ്തു കൊണ്ടിരിക്കുകയായിരിക്കും. ഞാനും മേരിയും ആ വലിയ വീട് മൊത്തം വൃത്തിയാക്കി, പൂന്തോട്ടത്തിലെ ചെടികൾ ആകമാനം ഒന്ന് ഷെയ്പ്പ് ചെയ്തു....ഡയാനയും അങ്കിളും മറ്റു പല ജോലികളിലും ആയിരുന്നു. 11 മണി മുതൽ ഞങ്ങൾ നാല് പേരും അടുക്കളയിൽ തന്നെയായിരുന്നു... പ്രധാന വിഭവം ഡയാനയുടെ കേക്ക് തന്നെ... ഫ്രിഡ്ജിൽ നിന്നും സ്ട്രോബറിയുടെ ചാറൊലിച്ച് എന്റെ ഒരു നല്ല ഒരു ഗൗൺ ചീത്തയായി അതിന് അവളുടെ കൈയിൽനിന്ന് നല്ല വഴക്കും കിട്ടി.....

ഒന്നരയോടു കൂടി മുറ്റത്ത് ഒരു കാർ വന്നുനിൽക്കുന്ന ശബ്ദം കേട്ടു.

അങ്കിളിന്റെ ഫ്രണ്ട് ആയിരിക്കും എന്ന് ഞാൻ ഊഹിച്ചു. കേക്ക് തയ്യാറാക്കി അതിഥിയെ സ്വീകരിക്കാൻ ഡയാന സ്വീകരണ മുറിയിലേക്ക് പോയി....മേരിയെ ഒറ്റക്ക് വിട്ടിട്ട് ഞാനും മുന്നിലേക്ക് വന്നു.... വെളുത്തു ചുവന്ന നല്ല ഉയരവും വണ്ണവുമുള്ള മനുഷ്യനായിരുന്നു ഐസക് തോമസ്.... കണ്ണുകൾ പാതി അടഞ്ഞിരുന്നു.... ആ കണ്ണിൽ ഒരു അലസതയും ഉറക്കച്ചടവും ഓളം വെട്ടുന്നുണ്ടായിരുന്നു.... അതാണ് അദ്ദേഹത്തിന്റെ പ്രകൃതം എന്ന് ഡയാന എന്നോട് പറഞ്ഞു... മുഴക്കമുള്ള ശബ്ദമായിരുന്നു അദ്ദേഹത്തിന്റേത്.

'അനന്തിരവൾ വന്നിട്ട് ചെലവൊന്നുമില്ലേ...ഗോമസ്സേ....?.'

'അതിനല്ലേ തന്നെ ഇങ്ങോട്ട് വിളിച്ചത്.....?.'

അവർ തമ്മിലുള്ള ഒരു നർമ്മ സംഭാഷണം അവിടെ അരങ്ങേറി... ഞാനും അവരോടൊപ്പം ചേരുകയും ചെയ്തു....

ഭക്ഷണത്തിനുശേഷം ഐസക് തോമസ് പോയപ്പോൾ സമയം നാലര ആയിരുന്നു.ഡയാനയുടെ കേക്ക് മനോഹരമായി എന്ന് പറഞ്ഞിട്ടാണ് അദ്ദേഹം പോയത്.... ക്രിസ്മസ് രാവ് ശരിക്കും ആഘോഷമാക്കിയിട്ടാണ് ഞങ്ങൾ അന്ന് ഉറങ്ങിയത്...

രാവിലെ സഹിക്കാൻ വയ്യാത്ത തണുപ്പായിരുന്നു .അതിഥി മുറിയിലെ നെരിപ്പോടിന് താഴെ അഗത ക്രിസ്റ്റിയുടെ 'സ്റ്റൈൽസിലെ ദുരന്തം' വായിച്ചു കൊണ്ടിരിക്കുകയായിരുന്നു ഞാൻ... കൂട്ടിന് കിറ്റി എന്ന പൂച്ചക്കുട്ടിയും ഉണ്ടായിരുന്നു....

ഡയാന ഫോറൻസിക് സയൻസ് ആസ്പദമാക്കി രചിക്കപ്പെട്ട ഒരു വലിയ ഗ്രന്ഥത്തിൽ മുഖം പൂഴ്ത്തി ഇരിക്കുകയായിരുന്നു. അവളുടെ പുതിയ നോവൽ 'എ റ്റു ഇസഡ്' ഉടനെ ആരംഭിക്കാൻ പോവുകയാണ്. അതിന്റെ റഫറൻസിലായിരുന്നു അവൾ....അവളെ നോക്കി ഇരിക്കെ എന്റെ ഓർമ്മകൾ പിന്നിലേക്ക് പോയി.

ഒരു കളി സ്ഥലത്ത് വെച്ച് പുസ്തകവായനയിൽ ഏർപ്പെട്ടിരുന്ന കണ്ണട വെച്ച ഡയാന എന്ന പെൺകുട്ടിയെ ഞാൻ പരിചയപ്പെട്ടു....ആ പരിചയം എന്റെ ജീവിതത്തിൽ വലിയ വഴിത്തിരിവാണ് ഉണ്ടാക്കിയത്.... ജീവിതത്തെ വളരെ ഗൗരവമായി കാണാൻ അവളാണ് എന്നെ പഠിപ്പിച്ചത്.ഞാൻ കൂടി ഉൾപ്പെട്ട ഈ ലോകത്തിന്റെ കാഴ്ചകൾ മറ്റൊരു കണ്ണിലൂടെ നോക്കിക്കാണാൻ ഞാൻ പഠിച്ചതിന് കാരണം അവളാണ്.....

അങ്കിൾ രാവിലെതന്നെ ലൈബ്രറിയിലേക്ക് പോകും ഇവിടുത്തെ കാലാവസ്ഥ വളരെ വ്യത്യസ്തമാണ്, സദാസമയം അന്തരീക്ഷത്തെ പൊതിഞ്ഞ് മഞ്ഞിന്റെ നേർത്ത പാട കാണപ്പെടും.... സൂര്യകിരണ

ങ്ങൾ പറഞ്ഞറിയിക്കാനാകാത്ത സുഖം പ്രദാനം ചെയ്യുന്നു.....

തണുപ്പിന്റെ ആലിംഗനത്തിൽ നിന്നും നമ്മളെ മോചിപ്പിക്കാനായി അദ്ദേഹം ഇടയ്ക്കിടയ്ക്ക് തീഷ്ണതയോടെ പ്രകാശിച്ചു.ഈ കാലാവസ്ഥയ്ക്ക് ചേരുന്നതും ചേരാത്തതുമായ പല വിളകളും ഈ പ്രദേശത്തുണ്ട് എന്നതിലാണ് എനിക്ക് അത്ഭുതം.

അങ്കിളിനുള്ള ഭക്ഷണവുമായി മേരി ലൈബ്രറിയിലേക്ക് പോയി....വൈകിട്ട് വരുമ്പോൾ ചില പുസ്തകങ്ങൾ എടുത്തു കൊണ്ടു വരാം എന്ന് എനിക്ക് വാക്ക് തന്നിട്ടുണ്ട്.... വായന നീണ്ടുപോയി പുസ്തകം അടച്ചു വെക്കാൻ പറ്റാത്ത അവസ്ഥയിലായിരുന്നു ഞാൻ... അത്ര ഉഗ്രൻ ആണ് നോവൽ.... ഉച്ചക്ക് കഴിച്ച മേരിയുടെ ഇറച്ചിക്കറി എനിക്ക് വല്ലാത്ത അസ്വസ്ഥത ഉണ്ടാക്കുന്നുണ്ട്... ഞാൻ അടുക്കളയിൽ ചെന്ന് തരക്കേടില്ലാത്ത ഒരു കാപ്പി ഇട്ടു.....ഒരെണ്ണം ഡയാനക്കും കൊണ്ടുപോയി കൊടുത്തു.... അവൾ സന്തോഷത്തോടെ അത് വാങ്ങി കുടിച്ചു.നാലര കഴിഞ്ഞപ്പോൾ ഞാൻ എണീറ്റ് പൂന്തോട്ടത്തിനു നടുവിലിരുന്ന ചാരുകസേരയിൽ പോയിരുന്നു....

അപ്പോൾ വെയിൽ മങ്ങി തുടങ്ങിയിരുന്നു, മാനത്ത് വലിയ കാർമേഘങ്ങൾ ഉരുണ്ടുകൂടുന്നത് ഞാൻ കണ്ടു. പെട്ടെന്ന് തന്നെ ആകാശം മേഘാവൃതമായി സ്വീകരണ മുറിയിലെ ക്ലോക്കിലെ സമയം 5 എന്ന് വിളിച്ചു പറഞ്ഞു. ഞാൻ തിരിച്ചു റൂമിലേക്ക് വന്നു വന്നപാടെ ചറുപിറ എന്ന് പൊടുന്നനെ മഴയും വീണു. ക്രമേണ ശക്തി വർധിച്ച് ഒരു പെരുമഴയായി മാറുകയും ചെയ്തു.....

മേരി അപ്പോഴേക്കും തിരിച്ചു വരികയും ചെയ്തിരുന്നു

അവർ ഇട്ടുകൊടുത്ത രണ്ടാമത്തെ കാപ്പി ആസ്വദിച്ച് ഡയാന മട്ടുപ്പാവിൽ ഇരിക്കുകയായിരുന്നു....സന്ധ്യയാവാൻ തുടങ്ങി.... ഏകദേശം ആറര കഴിഞ്ഞു കാണും.... ഒരു ഫോൺ ബെൽ ഞാൻ കേട്ടു..... മേരിയാണ് ഫോൺ അറ്റൻഡ് ചെയ്തു ഫോൺ ക്രഡിലിലേക്ക് വീഴുന്ന വലിയ ശബ്ദം കേട്ട് ഞാൻ ചാടിയെഴുന്നേറ്റു.... ഭയന്നതും അമ്പരപ്പ് നിറഞ്ഞതുമായ മുഖവുമായി മേരി വന്നു പറഞ്ഞ വിവരംകേട്ട് ഞങ്ങൾ നടുങ്ങിപ്പോയി....അങ്കിൾ ലൈബ്രറിയിൽ മരിച്ചു കിടക്കുന്നു.....

3. ദുരൂഹത

ഞങ്ങൾ ലൈബ്രേറിയിൽ ചെന്നപ്പോൾ മഴ ശമിച്ചിരുന്നു. അപ്പോൾ സന്ധ്യ കഴിഞ്ഞ് രാത്രി ആയിരുന്നു എങ്കിലും സംഭവമറിഞ്ഞ് ലൈബ്രറിക്കു മുമ്പിൽ ഒരു വലിയ ജനക്കൂട്ടം തടിച്ചുകൂടിയിരുന്നു.... എസ്.പിയും ഇൻസ്പെക്ടറും സ്ഥലത്തെത്തിയിരുന്നു. രണ്ടു നിലയാണ് ലൈബ്രറിക്ക്....നഗരത്തിൽ നിന്നും മാറി ഒരു ഒതുങ്ങിയ സ്ഥലത്താണ് സ്ഥിതി ചെയ്യുന്നത്. ബ്രിട്ടീഷ് ചരിത്രകാരനായ റിച്ചാർഡ് ബ്ലൻഡൻ ആണ് 1917 ൽ ലൈബ്രറി ആരംഭിക്കുന്നത് എന്ന് ഡയാന പറഞ്ഞു എനിക്കറിയാം, അദ്ദേഹം നിയമിച്ച ഒരു ട്രസ്റ്റ് ആണ് മരണശേഷം ലൈബ്രറിയുടെ അവകാശം കൈയാളുന്നത്. ലൈബ്രറി കെട്ടിടത്തിന് മുന്നിലും പിന്നിലും പ്രധാന വാതിലുകളുണ്ട് ,രണ്ട് നിലയിലും കൂടി ആകെ 16 വാതിലുകളുണ്ട് ഉയരം 7.5 അടിയാണ്

ഒന്നാം നിലയിലെ തറയും എല്ലാ വാതിലുകളും നിർമ്മിച്ചിരിക്കുന്നത് ചന്ദനം ആഞ്ഞിലി ,ദേവദാരം,മഹാഗണി, തേക്ക് മുതലായ വില കൂടിയ തടികൾ കൊണ്ടാണ് ശീതകാലാവസ്ഥയാണ് എപ്പോഴും അതിനുള്ളിൽ. അതിനകത്ത് ചിതലുകളോമറ്റു ജീവികളോ ഇല്ല....പേരെടുത്ത ശില്പികൾ നിർമ്മിച്ച രൂപങ്ങൾ ലൈബ്രറി ചുവരിൽ പതിച്ചിട്ടുണ്ട്....മെയിൻ ഗേറ്റ് ഇരുമ്പു കൊണ്ടു നിർമിച്ചതാണ്....തനിയെ പ്രവർത്തിക്കുന്ന ക്ലോക്കും സ്വയം തിരിയുന്ന അലമാരകളും ഇവിടെയുണ്ട്....

മുൻപിലും പിന്നിലും ഓരോ റോഡുകൾ ഉണ്ട് ,1917 നിർമ്മിച്ച ഈ ലൈബ്രറി പിന്നീട് ഒരു മുപ്പതു കൊല്ലം കൂടി കഴിഞ്ഞപ്പോൾ ഒരു വലിയ അഗ്നിബാധക്കിരയായി.... അന്നുണ്ടായിരുന്ന പ്രശസ്തമായ പഴയ കയ്യെഴുത്തുപ്രതികളിൽ കുറെയൊക്കെ നശിച്ചു..... അന്നത്തെ ലൈബ്രേറിയൻ ഗബ്രിയേൽ റൂത്ത് ആത്മഹത്യ ചെയ്യുകയായിരുന്നു.മാനസിക രോഗം ഉണ്ടായിരുന്ന അയാൾ തന്നെ ലൈബ്രറിക്ക് തീ കൊടുക്കുകയായിരുന്നു എന്ന് ഗ്രാമത്തിലെ പഴമക്കാർ ഇപ്പോഴും വിശ്വസിക്കുന്നു....

ഗ്രൗണ്ട് ഫ്ളോർ പൂർണമായും തടി കൊണ്ടാണ് നിർമ്മിച്ചിരിക്കുന്നത്... ഇതൊക്കെ ഞാൻ മറ്റുള്ളവരോട് ചോദിച്ച് മനസ്സിലാക്കിയ വിവരങ്ങളാണ്. ഡയാന വിവരം അറിഞ്ഞതുമുതൽ ആബ്സൻഡ് മൈൻഡ്

ആയിരുന്നു....അവൾ ഉറക്കെ കരയുകയോ നിലവിളിക്കുകയോ ഒന്നും ചെയ്തില്ല..... എങ്കിലും പ്രാവ് കുറുകുന്നത് പോലെ ഒരു ഏങ്ങൽ ശബ്ദം അവളിൽനിന്ന് ഇടയ്ക്കിടയ്ക്ക് പുറപ്പെട്ടു കൊണ്ടിരുന്നു. ഞാൻ കുറെ കരഞ്ഞു. നഷ്ടം നികത്താൻ ആവാത്തത് തന്നെ, രണ്ടു ദിവസത്തെ പരിചയമേ ഉള്ളൂ എങ്കിലും അടുത്ത ആരോ, വർഷങ്ങളുടെ പരിചയമുള്ള ആരോ നഷ്ടപ്പെട്ടത് പോലെയാണ് എനിക്ക് തോന്നിയത്. ജഡം കിടക്കുന്നത് ലൈബ്രറേറിയന്റെ മുറിയിലാണ് മുറിയിൽ ചില്ലിട്ട ഒരു വലിയ അലമാരയും പിന്നെ തടികൊണ്ട് നിർമ്മിച്ച വലിയൊരു മേശയും ആയിരുന്നു ഉണ്ടായിരുന്നത്. മേശപ്പുറത്തിരിക്കുന്ന പേന വെക്കുന്ന ഒരു പാത്രവും ഒരു തൂവലും ഇംഗ്ലീഷ് സാഹിത്യകാരൻ ഷെല്ലിയുടെ ഒരു പുസ്തകവും ഷേക്സ്പിയറുടെ കിംഗ് ലിയർ എന്ന നാടകവും പിന്നെ രണ്ടുമൂന്ന് ഡയറികളും. അന്നേ ദിവസത്തെ വർത്തമാന പത്രവും ഇംഗ്ലീഷിലും ഹിന്ദിയിലും ഉള്ള രണ്ടു മാസികകളും.

സാധനങ്ങൾ ഒന്നുംതന്നെ അലങ്കോലപ്പെട്ടിരുന്നില്ല, മേശപ്പുറത്ത് ടേബിൾ ലാമ്പ് ഉണ്ടായിരുന്നുവെങ്കിലും അത് പ്രവർത്തിക്കുന്നുണ്ടായിരുന്നില്ല.. സ്റ്റാൻഡിൽ ഒരു മെഴുകുതിരി പകുതികത്തിതീർന്നിരുന്നു.ശവശരീരം നിലത്താണ് കിടന്നിരുന്നത്. കാലുകൾ കോച്ചി വലിഞ്ഞിരുന്നു. വായിൽ നിന്ന് രക്തം ഒലിച്ചിറങ്ങിയിട്ടുണ്ട്. കൈകൾ മുഖത്ത് മാന്തി മുറിവ് ഉണ്ടാക്കിയിട്ടുണ്ട്. കണ്ണുകൾ മച്ചിലേക്ക് പുറപ്പെട്ടിരിക്കുന്നു.അടുത്ത് ഭിത്തിയോട് ചേർത്തിട്ടിരിക്കുന്ന വേസ്റ്റ് ബാസ്കറ്റ് മറിഞ്ഞുകിടന്നിരുന്നു... കുറച്ച് ചുരുട്ടിക്കൂട്ടിയ കടലാസുകൾ അവിടവിടെ ചിതറിക്കിടന്നിരുന്നു. മേശയിൽ നിന്നും താഴെ വീണ പരുവത്തിൽ സിഗ്മണ്ട് ഫ്രോയിഡിന്റെ സ്വപ്നങ്ങളുടെ വ്യാഖ്യാനം എന്ന പുസ്തകം തുറന്നു വെച്ചിട്ടുണ്ട്. മേശപ്പുറത്ത് ഉണ്ടായിരുന്ന വർത്തമാനപത്രം തുറന്നുവച്ച നിലയിൽ തന്നെയാണ് കാണപ്പെട്ടത്. പേന വെച്ചിരുന്ന പ്ലാസ്റ്റിക് പാത്രത്തിനടുത്തായി അലക്ഷ്യമായി കിടന്ന് ലെറ്റർപാഡിൽ എന്തോ എഴുതിയിരുന്നു. എന്തൊക്കെയോ വരച്ചതുപോലെ പേന തെളിയുമോ എന്ന് നോക്കിയതാവണം.... ശരീരത്തിൽ പ്രഥമ ദൃഷ്ടിയാമൽപ്പിടുത്തം നടന്ന യാതൊരു ലക്ഷണങ്ങളും ഉണ്ടായിരുന്നില്ല,

വിരലടയാള വിദഗ്ധർ തങ്ങളുടെ ഉപകരണങ്ങൾ കൊണ്ട് വാതിൽപ്പടിയിൽ ഗഹനമായി പരിശോധന നടത്തുന്നുണ്ട്. കുറച്ചു സമയത്തിനകം എസ്.പിയും ഡയാനയും തമ്മിൽ സംസാരിക്കുന്നത് ഞാൻ കണ്ടു. ഞാൻ അപ്പോൾ പോലീസുകാരുടെ തെളിവെടുപ്പ് ശ്രദ്ധിക്കുകയായിരുന്നു. കുറച്ചുകഴിഞ്ഞ് ഐസക് തോമസ് സംഭവം നടന്ന മുറിയിലേക്ക് വന്നപ്പോൾ തെളിവെടുപ്പ് പൂർത്തിയായിരുന്നു .

'മറ്റു പരിക്കുകളൊന്നും ശരീരത്തിൽ കാണുന്നില്ല... ആത്മഹത്യയോ കൊലപാതകമോ ആവാം....'

ഐസക് തോമസ് സർക്കിൾ ഇൻസ്പെക്ടറിനോട് പറഞ്ഞു....

ഞാനും അദ്ദേഹത്തിനടുത്ത് നിന്നു മാറിയില്ല....അവളുടെ കണ്ണുകൾ തുളുമ്പി കൊണ്ട് തന്നെ ഇരുന്നു.ഒരു ആശ്വാസത്തിന് എന്നോണം എന്നെ അവൾ മുറുക്കി പിടിച്ചിട്ടുണ്ടായിരുന്നു....

'എന്തെങ്കിലും പറയാനുണ്ടോ മോളെ...?'

ഡയാനയുടെ മുഖഭാവം കണ്ടിട്ട് അദ്ദേഹം ചോദിച്ചു....

കുറച്ചു സമയം നിശബ്ദമായി അദ്ദേഹം അവളുടെ വാക്കുകൾക്കായി ക്ഷമയോടെ കാത്തു....

'എനിക്ക് ചില സംശയങ്ങൾ ഉണ്ട് അങ്കിൾ.... ആദ്യമായി എനിക്ക് ശരീരം ഒന്ന് പരിശോധിക്കണം.... നിങ്ങളുടെ തെളിവെടുപ്പ് പൂർത്തിയായി എങ്കിൽ മാത്രം.... അവൾ എന്താണ് ഉദ്ദേശിക്കുന്നത് എന്ന് എനിക്ക് മനസ്സിലായില്ല.... പോലീസ് ഡിപ്പാർട്ട്മെൻറ് അനുവദിക്കുമോ എന്ന് ആയിരുന്നു എന്റെ സംശയം....പക്ഷേ അദ്ദേഹം അവരെ അതിന് അനുവദിച്ചു. എന്നിട്ട് അവളോടൊപ്പം മുറിയിലേക്ക് കയറി.... ഞാനും അവൾക്കു പിന്നാലെ മുറിയുടെ വാതുക്കൽ വരെ ചെന്നു....

അവൾ ആ ശവശരീരത്തിനടുത്ത് കുനിഞ്ഞിരുന്നു.....

കോൺസ്റ്റബിൾ കൊടുത്ത ഗ്ലൗസ് ധരിച്ച് പതുക്കെ മുഖഭാഗത്ത് ഒന്ന് പിടിച്ചു .എന്നിട്ട് സംശയം തീർക്കാൻ ഒന്നുകൂടി ആവർത്തിച്ചു. എന്നിട്ട് മൃത ശരീരം ഒന്നുകൂടി സൂക്ഷിച്ചു നോക്കിയിട്ട് എഴുന്നേറ്റു പുറത്തേക്കു നടന്നു .കൂടെ എസ് പിയും..... അവളുടെ മാറിയ ഭാവംകണ്ട് എസ്.പി അവളെ നോക്കി. വളരെ പതുക്കെ കസേരയിൽ ഇരുന്ന് തന്റെ തലമുടി ഒന്ന് കോതി ഏതോ ഒരു ബിന്ദുവിൽ ശ്രദ്ധകേന്ദ്രീകരിച്ചു കുറച്ചു നേരം ഇരുന്നിട്ട് അവൾ പറഞ്ഞു.....

' മരണത്തിൽ എനിക്ക് സംശയമുണ്ട് പോലീസ് ഒരു വഴിക്ക് അന്വേഷിക്കട്ടെ.... കഴിയുമെങ്കിൽ എനിക്ക് ഒരു ഉപകാരം ചെയ്യണം ,എല്ലാ സാക്ഷികളുടെയും മൊഴിയും അവരോടൊന്നു സംസാരിക്കാനുള്ള അവസരവുംഎനിക്ക് തരണം നിങ്ങളെ ബാധിക്കാത്ത വണ്ണം...'

'എന്താ ഇങ്ങനെ തോന്നാൻ കാരണം...?'

'ഇതൊരു അപകട മരണമാണെന്ന് ഞാൻ കരുതുന്നില്ല ഇറ്റ് ഈസ് എ പ്രീ പ്ലാൻറ് മർഡർ ഞാൻ അങ്ങനെയാണ് കരുതുന്നത്....'

പറഞ്ഞിട്ട് അവൾ പുറത്തേക്കിറങ്ങി കൂടെ ഞാനും..

4. പഴകിയൊരു തന്ത്രം, വളരെ പഴയത്

തിരിച്ചു വീട്ടിലേക്ക് പോകുമ്പോൾ എന്റെ മനസ്സിലാകെ സംശയവും ഇരുട്ടുമായിരുന്നു....അങ്കിളിന്റെ മരണം സൃഷ്ടിച്ച ആഘാതം മനസ്സിൽനിന്നും പൂർണമായി ഒഴിവായിട്ടില്ല..... അതുകൊണ്ടുതന്നെ ഞാൻ ആകെ അസ്വസ്ഥയായിരുന്നു.... എന്തിനാണ് അവൾ അങ്ങനെ പറഞ്ഞതെന്നോ എന്താണ് അവളുടെ മനസ്സിൽ എന്നോ എനിക്ക് മനസ്സിലായില്ല....

'നീ എന്തിനാ ഇങ്ങനെ പറയാൻ പോയത്... നിന്റെ മനസ്സിൽ എന്താ....?'

അത്രയുമെങ്കിലും ചോദിക്കാതിരിക്കാൻഎനിക്ക് കഴിഞ്ഞില്ല.... ഒരു ആലോചനക്ക് ശേഷമാണ് അവൾ സംസാരിക്കാൻ തുടങ്ങിയത്.

'അത് ഒരു തന്ത്രമാണ് വളരെ പഴയ ഒരു തന്ത്രം.....'

'നീ എന്തൊക്കെയാ പറയുന്നത്....?'

'മനുഷ്യന് മനസ്സിലാകുന്ന ഭാഷയിൽ പറയ്....'

എന്തും വളച്ചുകെട്ടിയും ആവശ്യത്തിൽ കൂടുതൽ മുഖവുരയിട്ടും പറയുന്നത് അവളുടെ സ്വഭാവമാണ് എന്ന് അറിയാമെങ്കിലും സംയമനം വിടാതെയാണ് ഞാൻ ചോദിച്ചത്......

' അങ്കിൾ കഴിച്ചിരിക്കുന്നത് സയനൈഡ് ആണ്.'

'സയനൈഡോ ...?'

എന്റ ശബ്ദം അൽപം ഉയർന്നുവെന്നു തോന്നുന്നു....

'നിനക്ക് എങ്ങനെ ഉറപ്പിച്ചു പറയാൻ കഴിയും....?'എനിക്ക് ജിജ്ഞാസ അടക്കാൻ കഴിഞ്ഞില്ല ഞാൻ അങ്കിളിന്റെ അടുത്ത് കുനിഞ്ഞിരുന്ന് മണപ്പിച്ചു നോക്കുന്നത് കണ്ടില്ലേ.....

'ഉവ്വ്.....'

'ആ അധരങ്ങൾക്കും മുഖത്തിനും ആൽമണ്ടിന്റെ മണമായിരുന്നു... ഐ മീൻ ബദാമിന്റെ മണം....'

' അതുകൊണ്ട്......?'

'സയനൈഡുകൾക്ക് ബദാമിന്റെ മണമാണ്.....എല്ലാവർക്കും മനസ്സിലാകണം എന്നില്ല ആ ഗന്ധം ചിലർക്കേ കിട്ടൂ അത് മാത്രമല്ല ആ....ദേ

ഹത്തിന് ചെറിപ്പഴത്തിന്റേത് പോലെ ചുവന്ന നിറമായിരുന്നു.... അത് നീ ശ്രദ്ധിച്ചോ....?

' മരണം കൊലപാതകമാണെന്ന് തോന്നാൻ കാരണം....?'

'ആത്മഹത്യ ചെയ്യേണ്ട ഒരു കാരണവും അങ്കിളിന് ഇല്ലാത്തതുകൊണ്ട്.....'

ഡയാന വായടച്ചു..... എന്തൊക്കെയോ അവളുടെ മനസ്സിൽ ഉണ്ടാകുമെന്ന് വ്യക്തം.....ഇനി ഈ വിഷയത്തെ കുറിച്ച് അവൾ സംസാരിക്കില്ല എന്ന് വർഷങ്ങളുടെ പരിചയംകൊണ്ട് എനിക്ക് വായിക്കാൻ കഴിഞ്ഞു.

പിറ്റേന്ന് 9:00 ആയപ്പോഴാണ് എസ്. പിയുടെ ഫോൺ വന്നത്.... ഉടനെ പോലീസ് ക്ലബിലേക്ക് ചെല്ലാനായിരുന്നു നിർദേശം. ഞങ്ങൾ സമയം കളയാതെ പോലീസ് ക്ലബിലേക്ക് യാത്രയായി. ഞങ്ങൾ ചെല്ലുമ്പോൾ എസ് പിയും സർക്കിളും അവിടെയുണ്ടായിരുന്നു. 'തന്റെ നിർദ്ദേശം ഞാൻ അംഗീകരിക്കുന്നു. പോലീസ് ഇന്ററോഗേഷനിൽ നിനക്ക് പങ്കെടുക്കാം സംശയങ്ങൾ ചോദിക്കാം... എസ്. പി പറഞ്ഞു.ഡയാന അദ്ദേഹത്തെ ഒന്നു നോക്കി എന്നിട്ട് സർക്കിളിന്റെ കയ്യിൽ നിന്ന് ലിസ്റ്റ് വാങ്ങി.അത് ഇങ്ങനെയായിരുന്നു......

1. നിക്കോളാസ്
2. മാത്യു
3. അഞ്ജലീനജോൺസ്
4. ഫ്രാൻസിസ്
5. ബോറിസ് ബെഞ്ചമിൻ

ലൈബ്രറിയിൽ ഉണ്ടായിരുന്നവരുടെ ലിസ്റ്റ് ഞാനും ആകെ വായിച്ചുനോക്കി....എസ് പി സർക്കിനോടൊപ്പം അവളെ അകത്തേക്ക് വിട്ടു. ഞാനും മറ്റുള്ളവരും പുറത്തുനിന്നു. (ഈ കൂടിക്കാഴ്ച വിവരങ്ങൾ ഞാൻ ചോദിച്ചു മനസ്സിലാക്കിയതാണ്. വായനക്കാർക്ക് വേണ്ടി ഞാൻ പങ്കുവയ്ക്കുന്നു)

ഫാദർ നിക്കോളാസ്

മുറിയിൽ രണ്ട് കസേരകളും ഒരു മേശയും ആണ് ഉള്ളത്. ഒരു എയർ കൂളറും ശീതളപാനീയങ്ങൾ സൂക്ഷിക്കുന്ന ഒരു ഫ്രിഡ്ജും അവിടെ ഉണ്ടായിരുന്നു. ഒരു കോൺസ്റ്റബിൾ വിവരങ്ങൾ എഴുത്തുന്നതിനായി മുറിയുടെ വാതിൽക്കൽ നിൽക്കുന്നുണ്ടായിരുന്നു. ഡയാനയുടെ കയ്യിൽ ഒരു ലെറ്റർ പാഡ് ഉണ്ടായിരുന്നു.

ആറരയടിയ്ക്ക് മുകളിൽ പൊക്കവും മെലിഞ്ഞ ശരീരവും ഉള്ള ഒരു മനുഷ്യനായിരുന്നു നിക്കോളാസ്... കണ്ണടയ്ക്കുള്ളിൽ തീക്ഷ്ണമായ കണ്ണുകൾ. വലിയ ഭാവഭേദമൊന്നും അദ്ദേഹത്തിന്റെ മുഖത്ത് ഉണ്ടായിരുന്നില്ല.

'ഇരിക്കൂ.......'

അദ്ദേഹത്തെ അടിമുടി കണ്ണുകൾ കൊണ്ട് ഉഴിഞ്ഞു കൊണ്ട് ഇൻസ്പെക്ടർ പറഞ്ഞു....

' എന്താണ് പേര്....'

ഫാദർ നിക്കോളാസ്..... ഇവിടെ തൊട്ടടുത്തുള്ള ബസലിക്കയിൽ വികാരിയാണ്

'എത്രനാളായി ഈ പള്ളിയിൽ വന്നിട്ട്.....?'

'ഒന്നര വർഷം.....'

'അതിനു മുൻപ്.....?'

'കാനഡയിലായിരുന്നു ഉപരിപഠനത്തിന്.....'

'എവിടെയായിരുന്നു പ്രാഥമികവിദ്യാഭ്യാസം.....?'

' ഞാൻ കൽക്കട്ടയിൽ ആണ് ജനിച്ചത്...എന്റെ മാതാപിതാക്കൾ ബെൽമോണ്ട്കാരാണ്.... പഴയ സത്രം ഉണ്ടായിരുന്നിടത്ത് ആയിരുന്നു ഞങ്ങളുടെ വീട്....'

'ഓകെ ഈ ലൈബ്രറിയിൽ മെംബെർഷിപ് എടുത്തിട്ട്.....?'

'മൂന്നാലുമാസമായി......'

'ലൈബ്രേറിയൻ ഗോമസിനെ അറിയാമോ.....?'

' പരിചയം ഉണ്ട്.....'

' ശരി എപ്പോഴാണ് ലൈബ്രറിയിൽ വന്നത്....?'

'നാലരയ്ക്ക്.....'

'നിങ്ങൾ ഫാദർ മിനിറ്റ്.....' ഡയാന പെട്ടെന്ന് ചോദിച്ചു......

'ഇപ്പോ... സമയം എത്രയായി......?'

'9. 10'

'കൃത്യം.....'

'അല്ല'

'9.12 '

'ശരി...'

'തിരികെ എപ്പൊ പോയി....'

'5.50 ആയപ്പോൾ....'

'ഉറപ്പാണോ....?'

‘ അതെ….. ’

ഡയാന ഒന്നിരുത്തി മൂളി......

‘ പോയപ്പോൾ മഴയുണ്ടായിരുന്നോ....?’

‘കൃത്യമായി ഓർക്കുന്നില്ല..... ’

‘ശരി ...ഇവിടെ ഉണ്ടായിരുന്ന സമയത്തോ....പോയ സമയത്തോ... അസ്വാഭാവികമോ... സംശയാസ്പദമോ ആയ രീതിയിൽ എന്തെങ്കിലും കണ്ടോ... ?’

‘ഇല്ല അങ്ങനെയൊന്നും ....കണ്ടില്ല....’

‘പോയ വഴിക്ക് ആരെയൊക്കെ കണ്ടു......?’

‘ഇടവകക്കാരൻ തോമസ്, കപ്പിയാർ സേവിയർ എന്നിവരെ കണ്ടു....’

‘എത്ര മണിക്ക് ബസലിക്കയിലെത്തി....?’

‘ഏകദേശം ആറ് പത്തിന്.....’

‘അതാരെങ്കിലും കണ്ടിരുന്നോ.....?’

‘കുശിനികാരൻ വർക്കി......’

‘ഡയാന പാഡിൽ എന്തോ എഴുതി....

‘ഓക്കെ....ലൈബ്രറിയിൽ നിന്നു ഇന്ന് പുസ്തകം വല്ലതും എടുത്തോ....?’

ഇൻസ്പെക്ടർ ചോദിച്ചു....

‘ഇല്ല ഞാൻ ഒരു പുസ്തകം തിരഞ്ഞു....പക്ഷേ കിട്ടിയില്ല..... അതുകൊണ്ട് തിരിച്ചു പോന്നു.’

‘ഇന്നേത് പുസ്തകമാണ് റിട്ടേൺ കൊണ്ടുവന്നത്.....?’

ഷൂൽ വേണിന്റെ the mysterious island.....പിന്നെ ഒരു മെഡിക്കൽ ഗ്രന്ഥം....

‘അതു രജിസ്റ്ററിൽ ചേർത്തോ......?’

‘ഇല്ല.....’

‘ കാരണം.....?’

‘ ഞാൻ മറുപടി പുസ്തകം എടുക്കാത്തത് കൊണ്ട്....ആ പുസ്തകം തിരികെ കൊണ്ടുവന്നു.....’

‘ഫാദർ ഏതു വരെ പഠിച്ചിട്ടുണ്ട്......?’

‘ മെഡിസിൻ വിദ്യാർത്ഥിയായിരുന്നു പഠനം തുടരാൻ കഴിഞ്ഞില്ല....ഇടക്ക് വെച്ച് നിർത്തി....’

‘ശരി ഫാദർ പോക്കോളൂ..... ആവശ്യമുണ്ടെങ്കിൽ വിളിക്കാം.... പിന്നെ പോലീസിന്റെ അനുവാദമില്ലാതെ ഇവിടം വിട്ടു പോകരുത് .....’

മാത്യു

കുറുക്കന്റെ മുഖമുള്ള ഒരു കുള്ളനായിരുന്നു മാത്യു.അയാളുടെ പ്രവർത്തികളിൽ ആകെ ഒരു അസ്വാഭാവികത പ്രകടമായിരുന്നു.അത് സർക്കിൾ നോട്ട് ചെയ്തു.

'എന്താ നിങ്ങളുടെ പേര്....?'

'മാത്യൂ.....'

'പിതാവ്....?'

'ക്രിസ്റ്റഫർ'

'എന്ത് ചെയ്യുന്നു.....?'

' ഞാൻ എഞ്ചിനീയറിങ് ഗ്രാജുവേറ്റാണ്....'

'എന്തിനാണ് ലൈബ്രറിയിൽ വന്നത്.....?'

'ചില പുസ്തകങ്ങൾ തിസീസ് ആവശ്യത്തിന് കളക്ട് ചെയ്യാൻ....'

'എപ്പോഴാണ് എത്തിയത്.....?'

'നാലു മണി കഴിഞ്ഞപ്പോൾ....'

'തിരിച്ചുപോയത്...?''

'5 30'

'പുസ്തകങ്ങൾ ഒന്നും എടുത്തില്ലേ...?'

'ഇല്ല....?'

'നിങ്ങളുടെ കയ്യിൽ തിരിച്ചറിയൽ അടയാളം എന്തെങ്കിലും ഉണ്ടോ....?'

'നിങ്ങളിലാകെ ഒരു പരിഭ്രമം കാണുന്നുണ്ടല്ലോ കാരണം.....'

അത് പറയാൻ ബുദ്ധിമുട്ടാണെങ്കിൽ വേണ്ട പക്ഷേ നിങ്ങടെ പെരുമാറ്റത്തിൽ അസ്വാഭാവികതയുണ്ട്.... പോക്കറ്റിൽ തിരിച്ചറിയൽരേഖയും ഉണ്ടാവണം....'

ഡയാന പറഞ്ഞു.

'എന്റെ പോക്കറ്റിലോ....തിരിച്ചറിയൽ രേഖയൊന്നുമില്ലല്ലോ...? ആരു പറഞ്ഞു.' പോക്കറ്റ് തടവികൊണ്ട് മാത്യു പറഞ്ഞു.

'ഉണ്ട് ഇല്ലെങ്കിൽ നിങ്ങൾ പോക്കറ്റിൽ കൈ അമർത്തണ്ട കാര്യമില്ലല്ലോ.... ഇപ്പൊ കള്ളി വെളിച്ചത്തായി.' ഡയാന ചിരിച്ചുകൊണ്ട് ചോദിച്ചു....

' പറയൂ നിങ്ങളുടെ യഥാർത്ഥപേര്.....?'

'ഡാനി.....'

' എന്തിനാ ലൈബ്രറിയിൽ വന്നത്...?'

'ഒരാളെ കാണാൻ......'

'ആരെ......?'

'ഒരു സുഹൃത്തിനെ.....'

'.എന്തായിരുന്നു ഉദ്ദേശം.......?'

'ഞങ്ങൾ സ്മഗിൾഡ് ഗുഡ്സ് വിൽക്കുന്ന സംഘത്തിൽപ്പെട്ടവരാ.... മറ്റാരും സംശയിക്കാതിരിക്കാൻ ആണ് ഇങ്ങനെ ഒരു സ്ഥലം തിരഞ്ഞെടുത്തത്....'

'ശരി എന്തായാലും നീ തൽകാലം പുറത്തു പോകേണ്ടാ കോൺസ്റ്റബിൾ ഇവനെ ലോക്കപ്പ് ചെയ്തേക്ക്......'

കൂടുതൽ ചോദ്യം ചെയ്യുന്നതിനു മുൻപ് അങ്ങനെ ഒരു നടപടി കൈക്കൊണ്ടത് അവളെ ചൊടിപ്പിച്ചു...

' അടുത്തത്.....'

സർക്കിൾ...അവളെ നോക്കി.....

5. സമയ കണക്ക്

വളരെ മോടിയായി വേഷം ധരിച്ച വ്യക്തിയായിരുന്നു ഫ്രാൻസിസ് വൃത്തിയായി പോളിഷ് ചെയ്ത് ഷൂസും ഉടയാത്ത ഷർട്ടും അയാൾ വേഷവിധാനത്തിൽ അതീവ ശ്രദ്ധാലുവാണ് എന്ന് വിളിച്ച് അറിയിച്ചു..... മീശ നന്നായി കറുപ്പിച്ചിരുന്നു എങ്കിലും തലയിൽ അങ്ങിങ്ങായി വെളുത്ത മുടികൾ തെളിഞ്ഞു നിന്നിരുന്നു. അയാൾ വന്ന ഉടനെ അവർ കസേര നൽകി.

'എന്താണ് നിങ്ങളുടെ പേര്.....?'

' ഫ്രാൻസിസ് തോമസ്.....'

'എവിടെയാണ് താമസം......?'

' കുറച്ചകലെ ആണ്......'

'റെയിൽവേ സ്റ്റേഷൻ പരിസരത്ത് നിന്ന് ഒരു ഫർലോങ്ങ് അകലെ.....'

' എന്താണ് ജോലി....?'

'ഞാൻ ഒരു പ്രൈവറ്റ് കമ്പനിയിൽ മാനേജരാണ്.....'

' ഓക്കേ.....'

'നിങ്ങൾ എന്തിനാണ് ലൈബ്രറിയിൽ വന്നത്......?'

' മിസ്റ്റർ ഗോമസിനെ കാണാൻ.....'

' എന്തിന്....?'

'ഈ ലൈബ്രറി നിൽക്കുന്നത് എന്റെ സ്ഥലത്താണ്....ഇത് മറ്റൊരു സ്ഥലത്തേക്ക് മാറ്റാൻ പോവുകയാണ് എന്ന കാര്യം അദ്ദേഹം എന്നോട് സംസാരിച്ചിരുന്നു. അതിനെക്കുറിച്ച് ചോദിക്കാൻ ആണ് ഞാൻ പോയത്.....'

'എപ്പോഴാണ് അദ്ദേഹത്തെ കണ്ടത്....?'

'5.45 ന്.......'

' നിങ്ങൾ പിരിഞ്ഞത്....?'

'5 50 ആയപ്പോൾ...'

'ഉറപ്പാണോ......?'

' അതെ....'

'ഇപ്പോൾ നിങ്ങളുടെ വാച്ചിൽ സമയം എത്രയായി.....?'

‘9.20’

‘എന്താ സമയം മുന്നോട്ട് ആണോ നിങ്ങളുടെ വാച്ചിൽ.... ഡയാന യുടെതായിരുന്നു ചോദ്യം.... എന്തോ ഒന്ന് നോട്ട് ചെയ്തു....

‘ പിന്നെ എന്തെങ്കിലും പറയാനുണ്ടോ...?’

‘യസ് ഞാൻ അദ്ദേഹത്തെ കണ്ടിട്ട് ഇറങ്ങി കുറച്ചു കഴിഞ്ഞപ്പോൾ അദ്ദേഹം പുറത്തിറങ്ങി പോകുന്നത് കണ്ടു.....’

‘ അതെന്താ നിങ്ങൾ അവിടെ പോയിരുന്നോ.....?’

‘ ഇല്ല സാർ....’

‘ഞാനെന്റെ പരിചയക്കാരനെ കണ്ട് സംസാരിക്കുകയായിരുന്നു....പുറത്ത് നല്ല മഴയായിരുന്നു....’

‘അപ്പോ സമയമെത്രയായി കാണും.....?’

‘ ആറു പത്തോളമായി എന്നാണ് ഓർമ്മ..... ഉറപ്പിച്ചു പറയാൻ എനിക്കാവുന്നില്ല.....’

‘ ഓക്കേ എന്തെങ്കിലും ആവശ്യമുണ്ടെങ്കിൽ വിളിക്കാം ബൈ മിസ്റ്റർ ഫ്രാൻസിസ്......’

‘അഡ്രസ്സ് കോൺസ്റ്റബിളിന് ഏൽപ്പിച്ചിട്ട് പൊയ്ക്കോളൂ.....’

ഇൻസ്പെക്ടർ പറഞ്ഞു..

ആഞ്ജലീനജോൺസ്

60 വയസ്സിനടുത്തു പ്രായമുണ്ടെങ്കിലും മുഖത്തും കൺപോളകളിലും മറ്റും ചായം പൂശിയ ഒരു 'യുവതി'യായിരുന്നു അഞ്ജലീന ജോൺസ് ഡൈചെയ്ത നിറം പടർന്നു മുടിയൊക്കെ ചെമ്പിച്ചും നിറം മങ്ങിയും കാണപ്പെട്ടു.....

വൃത്തികെട്ട പല്ലും...... സദാ ച്യൂയിംഗം ചവയ്ക്കുന്ന ഒരു ദുർമുഖവും ഉള്ള കിളവി ആയിരുന്നു അവർ.....

‘ഇരിക്കൂ....മാഡം .’

ഒരു നടിയെ പോലെ നാടകീയം ആയിരുന്നു അവരുടെ ചേഷ്ടകൾ,

‘ എന്താണ് പേര്......?’

‘അഞ്ജലീന ജോൺസ് ദി ഗ്രേറ്റ്.....’

ഡയാന അവരെ സസൂക്ഷ്മം ശ്രദ്ധിക്കുകയായിരുന്നു.

‘എന്താ നിങ്ങളുടെ ജോലി......?’

‘ ഐ ആം എ റൈറ്റർ...കം പബ്ലിഷർ’

‘നിങ്ങൾ ലൈബ്രറിയിൽ വന്നിരുന്നോ....?’

'ഉവ്വ്......'

'എന്തിന്......?'

'സാധാരണ എല്ലാവരും എന്തിനാ ലൈബ്രറിയിൽ വരുന്നത് അതിന് തന്നെ....'

'ലൈബ്രറിയന്റെ മരണത്തെ കുറിച്ച് നിങ്ങൾക്ക് എന്താണ് പറയാനുള്ളത്...'

'അവിടെ ആ രണ്ടാംനിലയിലെ ഇരുട്ടുമൂടിയ ഇടനാഴി വഴി രണ്ടു പേർ ഓടുന്നത് ഞാൻ കണ്ടതാണ്.....'

അവർ പെട്ടെന്ന് പറഞ്ഞു....

'നിങ്ങൾ ശരിക്കും കണ്ടോ....?'

ഡയാന ചോദിച്ചു.....

'യസ് '

സർക്കിൾ ഒന്നിളകിയിരുന്നു.....

'യസ് ഐ ആം ഷുവർ.....അവരുടെ മുഖം എനിക്ക് കാണുവാൻ സാധിച്ചില്ല.'

'സമയം എത്രയായിരുന്നു എന്ന് നിങ്ങൾക്ക് ഓർമ്മയുണ്ടോ.....?'

'ഓ നോ.....'

യാതൊരു ഭാവഭേദവും അവരുടെ മുഖത്ത് ഉണ്ടായിരുന്നില്ല

' കൂടുതൽ എന്തെങ്കിലും.....?'

അവൾ ചോദ്യഭാവത്തിൽ ഡയാനയും സർക്കിളിനെയും നോക്കി....

'നോ നിങ്ങൾക്ക് പോകാം..... എന്തെങ്കിലും ആവശ്യമുണ്ടെങ്കിൽ വിളിക്കാം .....'

'ക്യൂട്ട്ഗേൾ......ഡയാനയുടെ താടിയിൽ തട്ടിയിട്ട് അവർ പുറത്തേക്കു നടന്നു.

സർക്കിൾ തന്നെ ഡയറിയിൽ എന്തോ എഴുതി എന്നിട്ട് ഡയാനയെ നോക്കി.....

ബോറിസ് ബെഞ്ചമിൻ

65 വയസ്സുള്ള പ്രായമുള്ള ഒരു ദീർഘകായൻ ആയിരുന്നു ബെഞ്ചമിൻ, ഒരു വാക്കിംഗ് സ്റ്റിക്ക് അയാൾക്കുണ്ടായിരുന്നു.....

'നിങ്ങളുടെ പേര്......?'

' ബെഞ്ചമിൻ ബോറിസ്....ബെഞ്ചമിൻ....'

' എന്താണ് ജോലി....?'

'ഞാൻ പട്ടാളത്തിൽ ആയിരുന്നു ഇപ്പൊ വിശ്രമത്തിലാണ്.....'

' ലൈബ്രറിയിൽ വന്നിരുന്നോ.....?'

'ഉവ്വ് .....'

'എന്തിന്....?'

ഉത്തരം പറയാൻ അയാൾ കുറച്ചു സമയം എടുത്തു.....

'പറയൂ.....'

'അത് ഞാനും മിസ്റ്റർ ഗോമസുമായി ഒരു വസ്തു തർക്കം നിലവിലുണ്ടായിരുന്നു...

ആ പ്രശ്നത്തിൽ എന്റെ അനന്തരവൻ ജോൺ അറസ്റ്റിലായിരുന്നു, അത് സംസാരിക്കാൻ.....'

' എന്നിട്ട് നിങ്ങൾ എന്തൊക്കെ സംസാരിച്ചു.....?'

' ഒന്നും സംസാരിച്ചില്ല....'

' കാരണം..?'

'ഞാൻ അവിടെ ചെന്നപ്പോൾ അയാൾ മേശമേൽ ചാരി ഉറക്കമായിരുന്നു...'

' അപ്പോൾ സമയമെത്രയായി കാണും...?'

' ആറു കഴിഞ്ഞിട്ടുണ്ടെന്നാണ്.... എന്റെ ഓർമ....'

' പറയുന്നത് സത്യമാണല്ലോ.....?'

'അതേ സർ......'

ഉം.....പൊയ്ക്കോളൂസർക്കിൾ പറഞ്ഞു....

'വൺ മോർ ക്വസ്റ്റ്യൻ മിസ്റ്റർ....ബെഞ്ചമിൻ...'

ഡയാന മുഖമുയർത്തി.... അയാൾ ചോദ്യഭാവത്തിൽ തിരിഞ്ഞു.. ലൈബ്രറിയോട് ചേർന്ന് എത്ര കെട്ടിടങ്ങളുണ്ട്.....?'

നൂറു മീറ്ററോളം മാറി ഒരു സ്കൂൾ ഉണ്ട്, പിന്നെ.....ഒരു ഫാക്ടറി ഉണ്ട്.... ലൈബ്രറിക്ക് പിന്നിൽ വാതിലിനപ്പുറത്ത് ഒരു ടീ ഷോപ്പ് ഉണ്ട് ....അര കിലോമീറ്റർ അപ്പുറത്ത് ബസ്സലിക്ക ഉണ്ട്....

'ഓക്കേ.....'

എന്തോ നോട്ട് ചെയ്തശേഷം ഡയാന പോകാൻ അനുവദിച്ചു.

'മേഡം.... ആളുകൾ മുഴുവൻ വന്നുപോയി.... മൊഴികൾ കൃത്യമായി രേഖപ്പെടുത്തിയിട്ടുണ്ട്....'

സർക്കിൾ പറഞ്ഞു.....

'താങ്ക്യൂ സാർ എനിക്ക് ആവശ്യമുള്ളത് കുറെയൊക്കെ ലഭ്യമായി...... നമുക്ക് പിരിയാം...'

അവൾ പുറത്തേക്ക് വന്നു....

ഞാനും എസ്പി സാറും ആകാംഷ ഭരിതരായി പുറത്ത് കാത്തു നിൽക്കുന്നുണ്ടായിരുന്നു...

ഡയാന....എനി....ക്ളൂ....?'

' ഒന്നും പറയാറായിട്ടില്ല.... അങ്കിൾ....'

'വിൽസൺ താൻ......?'

'എവിടെയോ എന്തോ മിസ്റ്ററി തോന്നുന്നു ഒരു തീരുമാനത്തിൽ എത്താൻ കഴിയുന്നില്ല, പോസ്റ്റുമോർട്ടം നാളെയേ നടക്കൂ.... വിരലടയാള വിദഗ്ധർക്ക് യാതൊരു അടയാളവും ലഭിച്ചിട്ടില്ല, മേശപ്പുറത്തു നിന്ന് കിട്ടിയ ഒരു കൈയ്യുറയുടെ അടയാളം ലഭിച്ചിട്ടുണ്ട്... സ്ഥിരീകരിക്കാൻ വയ്യ ഇത്രയും ആണ് വിവരങ്ങൾ എസ്. പി പറഞ്ഞു.

'ഞാൻ വല്ലാതെ ക്ഷീണിച്ചിരിക്കുന്നു ലെറ്റ് മീ ഗോ....'

യാത്ര പറഞ്ഞ് ഞങ്ങൾ തിരിച്ചു പോന്നു...

വിവരങ്ങൾ (ചോദ്യംചെയ്യൽ) മുഴുവൻ അറിഞ്ഞപ്പോൾ ഞാനും ആകെപ്പാടെ കൺഫ്യൂഷനിലായി, പോസ്റ്റ്മോർട്ടം റിപ്പോർട്ട് കിട്ടാതെ മരണസമയം കണക്കുകൂട്ടാൻ ആവില്ല..... ആകപ്പാടെ ഒരു മറയുണ്ട് എല്ലാവരുടേയും മൊഴിയിൽ

' നിനക്ക് വല്ല ആശയവും ലഭിച്ചോ...?'

ഞാൻ ആകാംക്ഷയോടെ തിരക്കി.... 'കുറെ ചിതറിയ സമയക്കണക്കുകൾ മാത്രം.....'

'സമയ കണക്കുകളോ....?'

'യസ് അവൾ ഒരു ലിസ്റ്റ് എന്റെ നേർക്ക് നീട്ടി..... അത് ഇങ്ങനെ ആയിരുന്നു....'

ഫാദർ... നിക്കോളാസ്.... ലൈബ്രറിയിൽ വന്നത് നാലുമണിക്ക് പോയത് 5 30ന്....

ഡാനി വന്നത് നാലു മണി കഴിഞ്ഞ് പോയത് 5 30ന്

ഫ്രാൻസിസ്തോമസ് വന്നത്... കണ്ടത് 5 45 പിരിഞ്ഞത് 5 50

ലൈബ്രേറിയൻ പുറത്തേക്ക് പോകുന്നത് കണ്ടത് ആറ് പത്തിന്....പക്ഷേ ഉറപ്പില്ല,

ആഞ്ജലീന ജോൺസ്

ബെഞ്ചമിൻ

ആറുമണി കഴിഞ്ഞ് അവിടെ ചെന്നു

ലിസ്റ്റ് മാറ്റിവെച്ച് അപ്പോൾ എന്റെ സംശയം പിന്നെയും വർദ്ധിച്ചു....

'അഞ്ജലീനജോൺസിന്റെ വരവിന്റേം പോക്കിന്റേം സമയമില്ല കാ

രണം.....?'

' യെസ്..... ഇല്ല അവരുടെ മൊഴിയിൽ എന്തൊക്കെയോ രഹസ്യങ്ങൾ ഉണ്ട്.... അവർ ചോദിച്ചാൽ സത്യം പറയും എന്ന് തോന്നുന്നില്ല അതുകൊണ്ട് ഞാൻ അവരോട് സമയം ചോദിക്കാത്തത്...എന്റെ ഉദ്ദേശമനുസരിച്ച് അവർ പോയത് ആറുമണി കഴിഞ്ഞ് ആവണം.

'അതെങ്ങനെ നിനക്ക് മനസ്സിലായി.....?'

' വഴിയെ വ്യക്തമാക്കാം ക്ഷമിക്കൂ.....'

അവൾ പറഞ്ഞു

' അവർ പറഞ്ഞ രണ്ട് ആളുകളുടെ കാര്യം....?'

'ഞാൻ ശ്രദ്ധിച്ചു പക്ഷേ പൂർണ്ണമായി തോന്നിയില്ല......'

'കാരണം.....?'

' കാരണങ്ങളുണ്ട് വഴിയെ പറയാം.....'

അവൾ അകത്തേക്ക് പോയി... അവൾ ആകെ അസ്വസ്ഥ ആയിരുന്നു ഒരു ദിവസത്തെ പരിചയമേ ഉള്ളെങ്കിലും എനിക്കും ആ മരണം വല്ലാത്ത ഷോക്കായിരുന്നു.....

രാത്രിയിൽ മഴ കുറച്ചധികമായിരുന്നു....

6. ഒരു ഇരുണ്ട സായാഹ്നം

അസ്വാഭാവിക മരണം ആയതുകൊണ്ട് പോസ്റ്റ്മോർട്ടത്തിനുശേഷം മൃതശരീരം ഉടൻതന്നെ സംസ്കരിക്കാൻ തീരുമാനിച്ചു.....

സെൻറ് ക്രിസ്ത്യാനോ ബസിലിക്കയിൽ ആയിരുന്നു ചടങ്ങുകൾ.... പോർച്ചുഗീസുകാർ പണികഴിപ്പിച്ചത് ആയിരുന്നു അത്....

വർഷങ്ങളുടെ പഴക്കം ഉണ്ടായിരുന്നെങ്കിലും കല്ലും സുർക്കയും കൊണ്ട് നിർമ്മിച്ച മനോഹരമായ ഒരു ബസ്സലിക്ക ആയിരുന്നത്. ബെൽമോണ്ടിൽ നിന്ന് വിലാപയാത്ര പള്ളിയിലേക്ക് പുറപ്പെട്ടത് ഉച്ചയാകാറായപ്പോഴായിരുന്നു....

രാവിലെ മുതൽ ഉച്ചവരെ വെയിലായിരുന്നു എങ്കിലും ഉച്ച കഴിഞ്ഞപ്പോൾ ആകാശം മേഘാവൃതമാകാൻ തുടങ്ങി. വിലാപയാത്രയിൽ എസ്.പി ഐസക് തോമസ് ലൈബ്രറി ട്രസ്റ്റ് ചെയർമാൻ എന്നിവർ പങ്കെടുത്തിരുന്നു ബംഗ്ലാവിൽ നിന്ന് കുറെ ദൂരെയാണ് ബസിലിക്കാ.....

ബസ്സലിക്കയിലേക്ക് രണ്ടു വഴികളുണ്ട്.......

പരമ്പരാഗതമായി ഉള്ള വഴി..... അടുത്ത കാലത്ത് അതായത് ഏകദേശം അൻപത് വർഷം മുമ്പ് പണിത വഴി.... പരമ്പരാഗതമായ ഉള്ള വഴി പണ്ട് പണിക്ക് മേൽനോട്ടം വഹിച്ച അനക്സോ കുന്നിൻ മുകളിലേക്ക് വന്ന വഴിയാണ് ആകെ പൊളിഞ്ഞു താറുമാറായി നശിച്ചു കിടക്കുകയാണ്.....കല്ലും മണ്ണും കൂടിക്കുഴഞ്ഞ് ആകെ തകരാറിലായി കിടക്കുന്ന ആ വഴിയിലൂടെ ആൾ സഞ്ചാരം ഇല്ല.......

വർഷങ്ങളായി കുതിരകളും കുതിരവണ്ടികളും മാത്രം സഞ്ചരിക്കുന്ന വഴി ആയതുകൊണ്ട് അത് യഥാവിധി സംരക്ഷിക്കപ്പെട്ടിട്ടില്ല എന്നുള്ളതാണ് സത്യം.... പിന്നെയാണ് പടിഞ്ഞാറുവശത്ത്നിന്നുള്ള വഴി പണിതത്.....അത്.... സഞ്ചാര യോഗ്യമാണ്... വാഹനങ്ങൾ സഞ്ചരിക്കുന്ന വഴിയാണ്.....ആ വഴി വന്നതിനുശേഷം ബസിലിക്കയിൽ ആളുകൾ അടുത്തുള്ള ഗ്രാമങ്ങളിൽ നിന്നും എത്താറുണ്ട്.... പള്ളിയിലേക്ക് ശവശരീരം എത്തിയപ്പോൾ സമയം നാലായി......

പള്ളിയുടെ വലതുവശത്തായാണ് സെമിത്തേരി.... സിമിത്തേരിയിൽ ഒരുപാട് കല്ലറകൾ.... പലരുടെയും കുടുംബക്കല്ലറകളുടെ മുക

ളിൽ വാടിക്കരിഞ്ഞ റോസാപ്പൂക്കളും കത്തിത്തീർന്ന മെഴുക് തിരികളും... സെമിത്തേരിയിൽ അങ്ങിങ്ങായി സെപ്രസ് മരങ്ങൾ ആകാശത്തേയ്ക്ക് നീണ്ടുപോകുന്നു.... അവയുടെ നിലത്ത് വീഴുന്ന ഉണങ്ങിയ ഇലകൾ ഭൂമിക്കു മുകളിൽ ഒരു പുതപ്പു പോലെ കിടക്കുന്നു.....

ഞാനും ഡയാനയും പ്രാർത്ഥനയിൽ പങ്കു കൊണ്ട് ശുശ്രൂഷയിൽ പങ്കെടുത്തു...നാലരയോടെ ശരീരം കുഴിമാടത്തിൽ എത്തിച്ചു... കിഴക്കു ഭാഗത്തുള്ള ഒരു വലിയ മരത്തിനു ചുവട്ടിൽ ആയിരുന്നു കുഴി. കുഴിയിലേക്ക് പെട്ടി ഇറക്കി വെച്ച് ഒരു പിടി മണ്ണ് വാരി ഇട്ടതിനുശേഷം ഞാൻ മാറിനിന്നു.... താമസിയാതെതന്നെ കുഴി മൂടപ്പെട്ടു....പുറത്തുവന്നപ്പോൾ മുറ്റത്ത് എസ്. പിയുടെ കൂടെ ഒരു മനുഷ്യൻ നിൽപ്പുണ്ടായിരുന്നു.... എസ്..പി അദ്ദേഹവുമായി സംസാരിച്ചു.അദ്ദേഹത്തിൽ നിന്ന് അന്ന്

കാര്യമായി ഒരു വിവരവും ലഭിച്ചില്ല...ഒരു മാന്യനായിരുന്നു. അദ്ദേഹം... വളരെ കാര്യമായാണ് ഞങ്ങളോട് സംസാരിച്ചത്... അദ്ദേഹം ഗ്രാമാതിർത്തിയിലാണ് താമസിക്കുന്നത്.. ഒരു സഹോദരൻ മാത്രമേയുള്ളൂ അദ്ദേഹത്തിന്....അങ്കിളിനു ശത്രുക്കൾ ആരുമില്ലെന്ന് അദ്ദേഹം... ഉറപ്പ് പറഞ്ഞു... അതുപോലെ ആത്മഹത്യ ചെയ്യാൻ യാതൊരു കാരണവും ഗോമസിന് ഇല്ല എന്ന് വളരെ നാളായി അദ്ദേഹത്തെ അറിയാവുന്ന ലിയനാർഡ് ആണയിട്ട് പറഞ്ഞു....

പിറ്റേന്ന് ഞങ്ങൾ എസ്.പിയുടെ വീട്ടിലെത്തി.... അദ്ദേഹം ഹാർദമായി ഞങ്ങളെ സ്വീകരിച്ചു..

'അങ്കിൾ...പോസ്റ്റ്മോർട്ടം റിപ്പോർട്ട് കിട്ടിയോ......?'

യെസ് അതു പറയാനാ ഞാൻ നിങ്ങളെ വിളിപ്പിച്ചത്...സാധാരണറിപ്പോർട്ട് ഒരാഴ്ച താമസിക്കാറാണ്...പതിവ്... പക്ഷേ ഞാൻ പ്രത്യേക നിർദ്ദേശം കൊടുത്തിരുന്നു...കാര്യങ്ങൾ വേഗത്തിൽ ആക്കണമെന്ന് അതുകൊണ്ടുതന്നെ മരണത്തിന്റെ പിറ്റേന്ന് നടത്തിയ പോസ്റ്റുമോർട്ടം റിപ്പോർട്ട് രണ്ട് ദിവസത്തിനകം കിട്ടി..

'സർ റിപ്പോർട്ട്......?'

ഞാൻ ചോദിച്ചു......

യെസ് ഞാൻ അതാണ് പറഞ്ഞു വരുന്നത് ...ആന്തരികാവയവങ്ങൾ പ്രധാനമായും ആമാശയം...ചെറുകുടലിന്റേയും..കരളിന്റേയും വൃക്കയുടേയും ഭാഗങ്ങൾ, രക്തം തുടങ്ങിയവ പരിശോധനയ്ക്ക് വിധേയമാക്കി.....

ശവശരീരത്തിന്റെ തൊലിക്കും രക്തത്തിനും ചെറിപ്പഴത്തിന്റേതുപോലെ ചുവപ്പു നിറമായിരുന്നു.. അതുപോലെ ആമാശയഭിത്തിയുടെ ഉള്ളിലെ ആവരണത്തിൽ ചില വ്യതിയാനങ്ങളും ഒരുപ്രത്യേക ഗന്ധവും ഉണ്ടായിരുന്നു. ഗോമസിന്റെ ഉള്ളിൽ ചെന്നത് വിഷമാണ്. ഐ മീൻ

സയനൈഡ് ഡയാന എന്നെ ഗൂഢമായിനോക്കി..അവളുടെ നിഗമനം കൃത്യമാണെന്ന് അത് എന്നെ ഓർമ്മിപ്പിച്ചു.... മനുഷ്യനെ മൂന്നോ നാലോ മിനിറ്റിനകം കൊല്ലാൻ ഒരു പാരസെറ്റമോളിന്റെനാലിലൊന്ന് അളവിൽ.... അതായത് 100 മില്ലിഗ്രാം സയനൈഡ് ധാരാളം മതി....ഈ മരണവും അത്രേം സമയമേ എടുത്തിട്ടുള്ളു.. റിപ്പോർട്ട് പ്രകാരം മരണം നടന്നത് ആറിനും ആറു പത്തിനും ഇടയ്ക്കാണ്....

അങ്കിൾ എനിക്കവരെ ഓരോരുത്തരെയും ഒന്നു കൂടി ചോദ്യം ചെയ്യണം.....വിത്ത് ദി പ്രെസൻസ് ഓഫ് യൂ.....'

'കാരണം.......?'

അവരുടെ മൊഴികളിൽ ഒക്കെ എന്തൊ മിസ്സിംഗ് ലിങ്ക്ഉണ്ട്...ഒരു തവണ കൂടി ചോദ്യം ചെയ്താൽ മാത്രമേ സത്യം വെളിപ്പെടുത്താൻ എനിക്ക് സാധിക്കൂ....'

'ഓകെ ഇന്നു തന്നെ ഞാൻ അതിനു വഴി ഉണ്ടാക്കാം....'എസ് പി പറഞ്ഞു....

എസ് പിയുടെ സാന്നിധ്യത്തിൽ ക്ലബ്ബിൽ വെച്ച് ആയിരുന്നു രണ്ടാം ഘട്ട ചോദ്യം ചെയ്യൽ...

ആദ്യം വന്നത് ഫ്രാൻസിസ് ആയിരുന്നു.

ഫ്രാൻസിസ്

ഡയാന തന്റെ ലെറ്റർപാഡിൽ എന്തോ കുത്തി കുറിച്ചു....ഞാൻ കുറച്ചു മാറി ആണ് നിന്നിരുന്നത്

മിസ്റ്റർ ഫ്രാൻസിസ് നിങ്ങൾ പറഞ്ഞ സമയം കൃത്യമാണല്ലോ... 5:40 നു അവിടെ ചെന്ന് 5:45 അദ്ദേഹത്തെ കണ്ടു...5: 50 കൂടി നിങ്ങൾ യാത്ര പറഞ്ഞിറങ്ങി അല്ലെ...?'

'അതേ.....'

'എപ്പോഴാണ് അദ്ദേഹം പുറത്തേക്ക് പോകുന്നത് കണ്ടത്....?'

ആറു പത്തു കഴിഞ്ഞപ്പോൾ എന്നാണ് എന്റെ ഓർമ്മ കൃത്യമായി പറയാൻ കഴിയുന്നില്ല

'ഓകെ... അദ്ദേഹത്തെ ശരിക്കു കണ്ടോ നിങ്ങൾ ....അദ്ദേഹത്തിന്റെ കൂടെ ആരെങ്കിലും ഉണ്ടായിരുന്നോ....?'

'ഇല്ല....?'

'ഉറപ്പാണോ.....,?'

'അതെ....'

7. ലൈബ്രറിയിൽ

ഉച്ചയോടു കൂടി ഞാനും എസ്പിയും ഡയാനയും കൂടി പോലീസ് സീൽ ചെയ്തിരുന്ന ലൈബ്രറി കെട്ടിടത്തിലേക്ക് പോയി.......

എങ്കിലും കൂടുതൽ വിവരങ്ങൾ ഞാൻ ഈ അധ്യായത്തിൽ പറയാൻ ശ്രമിക്കാം, ഒരു മാർജാരന്റെ തിളങ്ങുന്ന കണ്ണുകളോടെയാണ് ലൈബ്രറികെട്ടിടത്തിന്റെ പുറംഭാഗം അവൾ നോക്കി കണ്ടത്....മുൻവശത്ത് ഒരു ചെറിയ നടപ്പാത ഉണ്ടായിരുന്നു. ചുറ്റുവട്ടവും നന്നായി ശ്രദ്ധിച്ചതിൽനിന്ന് അതിനു ചുറ്റും ഒരു വലിയ മതിൽ ഉണ്ടെന്നും പിറകുവശത്ത് താഴത്തെ നിലയിലായി 2 വാതിലുകൾ ഉണ്ടെന്നും എനിക്ക് മനസ്സിലായി. ഡയാന അത് ശ്രദ്ധിച്ചെന്ന് എനിക്ക് തോന്നിയില്ല, മതിലിന്റെ ഉയരം വളരെ കുറവായിരുന്നു ഒരാൾക്ക് വളരെ അനായാസമായി ചാടി കടക്കാവുന്നത്ര ഉയരം കുറഞ്ഞത്. കാവിനിറം ആയിരുന്നു മതിലിന്....കുറച്ചു ഭാഗത്ത് മൂർച്ചയുള്ള കുപ്പിച്ചില്ലുകൾ പതിപ്പിച്ചിരുന്നു.... പിന്നെ മുൻവാതിൽ തുറന്ന് ഞങ്ങൾ അകത്തു കയറി. വാതിലിൽ നോക്കി തന്റെ കൈവശമിരുന്ന ലെറ്റർപാഡിൽ അവൾ എന്തൊക്കെയോ കുത്തി കുറിക്കുന്നുണ്ടായിരുന്നു....അവൾ എല്ലാം കൗതുകത്തോടെ ശ്രദ്ധിക്കുന്നുണ്ടായിരുന്നു. മുറിയുടെ അടുത്ത മുറിയിൽ ഇട്ടിരുന്ന രജിസ്റ്ററും മറ്റും വളരെ കാര്യമായി അവർ പരിശോധിച്ചു. അതിനിടതുവശത്തായിലായിരുന്നു ലൈബ്രേറിയന്റെ മുറി.....ആ മുറിയിലെ വസ്തുക്കളെല്ലാം പോലീസ് മഹസറിൽ രേഖപ്പെടുത്തിയ വസ്തുക്കളായിരുന്നു. അവൾ അവിടെ ആകെ ഒരു കുസൃതിക്കാരനായ ചുറുചുറുക്കുള്ള കൊച്ചുനായയെ പോലെ ഓടിനടന്നു. മേശപ്പുറത്തിരുന്ന പുസ്തകങ്ങളും അദ്ദേഹം കുത്തിവരച്ചു വെച്ച പേപ്പറും പേനകളും മേശക്കകത്തുണ്ടായിരുന്ന പഴയ രണ്ടുമൂന്ന് ഡയറികളും അങ്ങനെ യാതൊരു പ്രാധാന്യവും ഇല്ലാതിരുന്ന ചപ്പുചവറുകൾ ഒക്കെ അവൾ തന്റെ കയ്യിൽ ഇരുന്ന ബാഗിൽ എടുത്തു.

ഇതൊക്കെ എന്തിനാണ് എടുത്തതെന്ന് എനിക്കോ അത്ര നേരം കൂടെയുണ്ടായിരുന്നു എസ്.പിക്കോ മനസ്സിലായില്ല, അവിടെ നിന്ന് അവൾ റൂമിലേക്ക് പോയി.... അവിടെയും ഇവിടെയും പാത്തും പതുങ്ങിയും നി

ന്നു നിരീക്ഷിച്ചു.... അവിടെനിന്ന് ക്ലാസിക്കൽ ആൻഡ് ട്രഡീഷണൽ കളക്ഷൻ ബുക്കുകളുള്ള റൂമിൽ ചെന്ന് അകത്തേക്കുള്ള വാതിൽ തുറക്കുകയും അടക്കുകയും ചെയ്തു.

തുറക്കുമ്പോഴും അടക്കുമ്പോഴും വാതിലിൽ നിന്ന് ശബ്ദം വല്ലതും കേൾക്കുന്നുണ്ടോ എന്ന് പ്രത്യേകം ശ്രദ്ധിച്ചു. അവിടുന്ന് അതിനടുത്ത ഇടുങ്ങിയ ബാത്റൂമിൽ കയറി...കുറച്ചു നേരം വെൻറിലേറ്ററിന്റെ അപ്പുറത്തേക്ക് നോക്കാൻ ശ്രമിച്ചു. എങ്കിലും കഴിഞ്ഞില്ല പുറത്തുവന്ന്...പിറകിലേക്കുള്ള വാതിൽ തുറന്ന് പരിസരമാകെ വീക്ഷിച്ചു. എന്നിട്ട് അവിടുന്ന് നേരെ കമ്പ്യൂട്ടർ റൂമിലേക്ക് കയറി. അവിടെ നിന്നും പുറത്തേക്കുള്ള വാതിൽ പരിശോധിച്ചു.... അത് ആകെ തുരുമ്പിച്ച അവസ്ഥയിൽ ആയിരുന്നു, അത് തുറക്കാനും സാധിക്കില്ലായിരുന്നു...എന്തോ...ഓർമ്മിച്ച പോലെ അവളൊന്നു മൂളി.... പിന്നെ അവിടെ നിന്നും സ്റ്റെയർകെയ്സ് കയറി മുകളിലത്തെ നിലയിലേക്ക് കയറി.... ഇടനാഴി വളരെ വിശദമായി നോക്കി കണ്ടു. അവിടെനിന്നും വലത്തോട്ടും ഇടത്തോട്ടും തുറക്കുന്ന വാതിലിലൂടെ പല ആംഗിളിൽ നിന്ന് ഇടനാഴിയിലേക്കും സ്റ്റെയർ കേസിലേക്ക് നോക്കി ചില കണക്കുകൂട്ടലുകൾ നടത്തി..... ഞങ്ങൾക്ക് അവളുടെ വളരെ വിചിത്രമായ ചെയ്തികളുടെ അർത്ഥം മനസ്സിലായില്ല.....ദീർഘചതുരാകൃതിയിലുള്ള മുറികളായിരുന്നു പ്രധാനപ്പെട്ടവ...മറ്റുള്ളവ സമചതുരവും...അവൾ സ്റ്റെയർകേസിൽ നിന്നും താഴേക്ക് നോക്കി, എന്തൊക്കെയോ കുത്തിക്കുറിച്ചു എന്നിട്ട് പുറത്തേക്ക് നടന്നു...

'ഡയാന ഇനി:'

'അങ്കിൾ..... ഇതിന്റെപുറകിലെ മതിലിനപ്പുറത്ത് ഒരു റോഡുണ്ട്... ആ റോഡിനപ്പുറത്തായി ഒരു ഷോപ്പ് ഉണ്ട്... നിങ്ങൾ അമ്പരക്കണ്ട.... ഞാൻ ചെറിയ മതിലിനിപ്പുറത്ത് നിന്നും ശ്രദ്ധിച്ചപ്പോൾ കണ്ടതാണ്....എനിക്ക് ആ ടീഷോപ്പുകാരനെ ഒന്നു കാണണം....'

'അതെന്തിനാണ്.... യാതൊരു ബന്ധവുമില്ലാത്ത ടീ ഷോപ്പ് കാരനെ ഇതിലേക്ക് വലിച്ചിഴക്കുന്നത്....?'

എന്റെ അടക്കി വെച്ചിരുന്ന ആകാംഷ കെട്ടു പൊട്ടിച്ച് പുറത്ത് ചാടി....

'ഡയാന..... നിന്റെ അന്വേഷണം എവിടെ വരെയായി..... എന്തെങ്കിലും വിലപ്പെട്ട സൂചനകൾ നിനക്ക് കിട്ടിയോ....'

'സൂചനകൾ, ചില മണ്ടത്തരങ്ങൾ ഉത്തരമില്ലാത്ത ചോദ്യങ്ങൾ, ഉത്തരങ്ങൾ സംശയങ്ങൾ, അനാവശ്യമായ സംശയങ്ങൾ, ക്രമമല്ലാത്ത തെളിവുകൾ, നീതീകരിക്കാനാവാത്ത ന്യായങ്ങൾ അങ്ങനെ ചില തെ

ളിവുകൾ.... അത്രമാത്രം....'

'എന്താ.... നീയെന്നെ പരിഹസിക്കുകയാണോ......?'

'ഒരിക്കലുമല്ല,കിട്ടിയ തെളിവുകൾ നമ്മൾ അപ്പാടെ വിഴുങ്ങാൻ പാടില്ല, പലവിധത്തിൽ ചിന്തിക്കണം, പല രീതിയിൽ വിശകലനം ചെയ്യണം... എങ്കിലേ നമുക്ക് കൃത്യമായ ഒരു നിഗമനത്തിലെത്താൻ കഴിയൂ....'

കാരണം ഒരു വലിയ ചോദ്യത്തിന് ആദ്യം ഉത്തരം കണ്ടെത്തണം...ആ ഉത്തരത്തിന് ഇതിലെ എല്ലാ രഹസ്യങ്ങളും കണ്ടെത്താൻ കഴിയും.....'

' നിനക്ക് ഉറപ്പുണ്ടോ.....?'

'യെസ്'

'ലൈബ്രറിയിൽ നിന്നും കിട്ടിയ സാധനങ്ങൾ എന്തെങ്കിലും പ്രയോജനം ഉള്ളവയാണോ.....? പോലീസ് ഉപേക്ഷിച്ച ആ ലെറ്റർ പാഡും മറ്റും......?'

എസ്.പിക്ക് അതിന്റെ കാരണം മനസ്സിലായില്ല.....

'അങ്കിൾ ഐ ഹാവ് മൈ ഓൺ ഡൗട്ട്സ്...ഐ വാണ്ട് ടു ക്ളാരിഫൈ ഇറ്റ് പ്ലീസ് അറേഞ്ച് എ മീറ്റിംഗ് ആസ് സൂൺ ആസ് പോസിബിൾ.......'

വളരെ ബോൾഡ് ആയിരുന്നു അവളുടെ ശബ്ദം.....

'ഓക്കെ ഞാൻ വരാം...' എസ്.പി പറഞ്ഞു.

ഞങ്ങൾ മൂവരും ലൈബ്രറിയുടെ മുൻവശത്ത് നിന്ന് ഇടതു ഭാഗത്തുകൂടി പിന്നിലെ മതിലിനപ്പുറത്തെ ടീ ഷോപ്പിലെത്തി... കടക്കാരൻ ഒരു മധ്യവയസ്കൻ ആയിരുന്നു....മാറ്റി നിർത്തി അവൾ അയാളോട് എന്തൊക്കെയോ സംസാരിച്ചു. അവളുടെ അന്വേഷണത്തിന്റെ രഹസ്യസ്വഭാവം നഷ്ടമാകുമെന്ന് കരുതി ഞങ്ങൾ മാറി നിന്നു. ചോദ്യംചെയ്യൽ പൂർത്തിയാക്കി ഏകദേശം അരമണിക്കൂറിനുള്ളിൽഅവൾ മടങ്ങി വന്നു......

തിരിച്ചുവരുമ്പോൾ അവളുടെ അന്വേഷണത്തിൽ എസ്. പി തൃപ്തനാണെന്നു എനിക്ക് തോന്നി.

'എങ്കിലും പഴയ പത്രവും പുസ്തകങ്ങളും കൊണ്ട് എന്ത് നേട്ടമാണ് നീ ഉണ്ടാക്കാൻ പോകുന്നത് എന്നാണ് എനിക്ക് മനസ്സിലാകാത്തത്.....?'

'ഒരാൾക്ക് പ്രയോജനം ലഭിക്കാത്ത വസ്തു മറ്റൊരാൾക്ക് പ്രയോജനപ്പെടാം സത്യത്തിൽ തിരിച്ചുമാകാം....'

' എനിക്കൊരു സംശയമുണ്ട്....'

ഞാൻ ഒരു തത്വം പറഞ്ഞു......

' എന്താണ്......?'

നീ ഒരു കഥ വായിച്ചിട്ടുണ്ടോ.....അഗതാ ക്രിസ്റ്റിയുടെ ഓറിയന്റ് എക്സ് പ്രസ്സ്

അതിലെപോലെ വ്യത്യസ്തമായ കഥകൾ പറഞ്ഞു അന്വേഷണം വഴിതെറ്റിച്ച് ഇവരെല്ലാം കൂടി ആണോ ഈ കൊലപാതകം നടത്തിയത്......?!'

അവളുടെ മറുപടി ഒരു പൊട്ടിച്ചിരിയായിരുന്നു.....

'നിയ...നീ ഇപ്പോഴും ഭാവനയുടെ ലോകത്താണ് മനപ്പൂർവ്വം ഉപേക്ഷിക്കുന്ന തൂവാല.... കുറ്റി ഇടാത്ത വാതിൽ, പല്ലുവേദന, ഫ്രഞ്ച് ദ്വിഭാഷി,തൂവാലയുടെ അറ്റത്തെ അക്ഷരം അങ്ങിനെ തെളിവുകളുടെ ബഹുല്യത്തിൽ നിന്നും പോയ്റോട് കേസ് തെളിയിക്കുന്നു അല്ലെ.....

'നീയത് വായിച്ചിട്ടുണ്ടോ....?'

'ഓ.... തീർച്ചയായും പക്ഷേ കേസ് അത്തരത്തിൽ ഒന്നല്ല....ഡെഡ് മാൻ ഫോളിയുമായാണ് ഈ കേസിന് സാമ്യം....'

ഒരു കളി കൊലപാതകത്തിൽ എത്തുമ്പോൾ മേഡം ഒലിവർ പോയ്റോറ്റിന്റെ സഹായം തേടാൻ നിർബന്ധിക്കുന്ന രസകരമായ ഒരു മിസ്റ്ററി....'

'അതെന്താ നീ അങ്ങനെ പറഞ്ഞത്...?'

'ഒന്നുമില്ല തെളിവുകളുടെ ബാഹുല്യം ഇവിടെ ഇല്ല..... തെളിവുകൾ കണ്ടെത്തേണ്ടിയിരിക്കുന്നു അത്രമാത്രം...'

ഓറിയന്റ് എക്സ്പ്രെസ്സിലെ ആ സംഭവം ഒരിക്കലും ആവർത്തിക്കില്ല. ആവർത്തിക്കും എന്ന് ഞാൻ കരുതുന്നില്ല. മനപ്പൂർവ്വം ഉപേക്ഷിക്കുന്ന തെളിവുകളും സ്വാഭാവികമായി ലഭിക്കുന്ന തെളിവുകളും തമ്മിലുള്ള വ്യത്യാസം ഒരു നല്ല കുറ്റാന്വേഷകന് വ്യക്തമായി മനസ്സിലാകും, അത് നല്ല നിരീക്ഷണ ബുദ്ധി വേണം.... തെളിവുകളെ കൃത്യമായി പഠിക്കുകയും വ്യത്യസ്ത ആശയങ്ങൾ ഊഹിക്കുകയും ചെയ്യുന്ന അന്വേഷകന് ഏതു നിഗമനത്തിൽ വേണമെങ്കിലും എത്തിച്ചേരാം....പല കണ്ണികൾ കൂടിച്ചേരുമ്പോഴാണ് വലയുടെ പണി പൂർത്തിയാകുന്നത്....'

'അപ്പോ നീ ഒരു നിഗമനത്തിലെത്തിയോ....!?'

'എന്നു പറഞ്ഞുകൂടാ.... നിഗമനങ്ങൾ, ഞാൻ ചോദിക്കട്ടെ മഴയാണോ വെയിൽ ആണോ നല്ലത്.....പേനയാണോ പെൻസിലാണോ നല്ലത്..... കരിയില നനഞ്ഞാൽ ശബ്ദം കേൾക്കുമോ.... വെളിച്ചമാണോ ഇരുട്ട് ആണോ നല്ലത്....'

ചോദിച്ചിട്ട് അവൾ പൊട്ടിച്ചിരിച്ചു...

പരസ്പരബന്ധമില്ലാത്ത എന്തൊക്കെയോ ചോദ്യങ്ങൾ എനിക്കൊരു പിടിയും കിട്ടിയില്ല, എന്റെ സുഹൃത്തിന്റെ ബുദ്ധിക്ക് എന്തോ കാര്യമായ തകരാറു പറ്റിയെന്നു തന്നെ ഞാൻ ചിന്തിച്ചു.... പിന്നെ കുറെ നേരം കഴിഞ്ഞാണ് അവൾ സംസാരിച്ചത്.....

' എന്റെ ബുദ്ധിക്ക് എന്തോ തകരാറുണ്ടെന്ന് എന്റെ സുഹൃത്തിന് സംശയം ഉണ്ടാവും അല്ലേ.... ഒരു കുഴപ്പവുമില്ല പ്രിയപ്പെട്ടവളെ അതിപ്പോഴും മുമ്പത്തേക്കാൾ അധികംമൂർച്ചയേറിയതാണ്...എന്റെ അങ്കിളിന്റെ മരണത്തിനു പിന്നിലുള്ള രഹസ്യം ഞാൻ കണ്ടെത്തുക തന്നെ ചെയ്യും..... ഒരു ദൃഢനിശ്ചയത്തിൽ അവൾ പറഞ്ഞു.

എന്റെ സുഹൃത്തിന്റെ കഴിവിൽ പൂർണ്ണ വിശ്വാസം എനിക്ക് ഉള്ളതുകൊണ്ട് ഞാൻ നിശ്ശബ്ദയായി ഇരുന്നു.....

8. പോലീസ് ഭാഷ്യം

അടുത്ത രണ്ടു ദിവസം ഡയാന വളരെ തിരക്കിലായിരുന്നു. ചില കണക്കുകൾ കൂട്ടുകയും കുറയ്ക്കുകയും ചെയ്യുകയായിരിക്കും എന്ന് ഞാൻ കരുതി. എസ്പി സാർ ചില ഒഫീഷ്യൽ തിരക്കുകളിൽ ആയിരുന്നു.

പോലീസ് അന്വേഷണം തകൃതിയായി മുന്നോട്ടു കൊണ്ടുപോകുന്നുണ്ട് എന്ന് പത്രങ്ങളിലൂടെ എനിക്ക് അറിയാൻ സാധിച്ചു .വൈകുന്നേരം പോലീസ് ക്ലബിൽ സംഭവങ്ങളുടെ പൂർണ്ണരൂപം വെളിപ്പെടുത്താൻ പോലീസ് ഒരു മീറ്റിംഗ് ഏർപ്പെടുത്തിയിരുന്നു. കേസിനെക്കുറിച്ച് ഒരു ആത്മവിശ്വാസവും ആ വിവരം അറിഞ്ഞപ്പോൾ അവളുടെ മുഖത്ത് ഉണ്ടായിരുന്നില്ല. പ്രധാനപ്പെട്ട ചില തെളിവുകൾ പോലീസിന് കിട്ടിയിട്ടുണ്ടായിരിക്കുമെന്ന എന്റെ അഭിപ്രായത്തോട് ഡയാനയും യോജിച്ചു.കാര്യങ്ങൾ കൈവിട്ടു പോവുകയാണെന്ന് വൈകിയാലും ഞാൻ തിരിച്ചറിയുകയായിരുന്നു.

മീറ്റിംഗ്

പോലീസ് ക്ലബ്ബിൽ വൈകുന്നേരം നാലുമണിക്ക് തന്നെ എസ് പി ഐസക് തോമസും സർക്കിൾ വില്യംസും കേസ് ഫയലുമായി ഉണ്ടായിരുന്നു.... ഞാനും ഡയാനയും അവിടെ ചെന്നപ്പോൾ തന്നെ എസ്. പി മീറ്റിങ് തുടങ്ങാം എന്ന് അറിയിച്ചു.

പൊലീസ് അന്വേഷണത്തിന്റെ കേസ് ഡയറി ആയിരുന്നു ആദ്യം.... ഡയാനക്ക് ഒരു ക്ലാരിഫിക്കേഷനും ഉണ്ടായിരുന്നില്ല, അവളുടെ കയ്യിൽ ആ നിറം മങ്ങിയ ലെറ്റർ പാഡ് മാത്രമേ ഉണ്ടായിരുന്നുള്ളൂ....

സർക്കിളിന് അവരുടെ കഴിവിൽ ആദ്യം മുതൽ തന്നെ വിശ്വാസം ഇല്ലായിരുന്നു എന്ന കാര്യം ഞാൻ ഓർമ്മിച്ചു.

മേശയുടെ പിന്നിൽ എഴുന്നേറ്റുനിന്നു സർക്കിൾ സംസാരിക്കാൻ ആരംഭിച്ചു.... 'ലൈബ്രേറിയൻ ഗോമസ് അലക്സാണ്ടറിന്റെ മരണം വിഷം കഴിച്ചാണ് എന്ന് തിരിച്ചറിഞ്ഞ നിമിഷം തന്നെ അതൊരു കൊലപാതകമാണെന്ന് എനിക്ക് സംശയം തോന്നി, കാരണം സയനൈഡ് എന്ന

മാരകമായ വിഷം സാധാരണക്കാർക്ക് ലഭിക്കുന്ന, അതായത് എളുപ്പത്തിൽ ലഭിക്കുന്ന ഒന്നല്ല..... അത് ഡോക്ടർമാരോ നേഴ്സുമാരോ അല്ലെങ്കിൽ അതുപോലെ മെഡിസിൻസുമായി ബന്ധമുള്ള വ്യക്തികൾക്കോ ലഭിക്കുന്ന ഒന്നാണ് ...ആ സംശയം എന്റെ മനസ്സിൽ കിടന്നു.... സാക്ഷികളായി മൊഴി തന്ന മാത്യു ,അഞ്ജലീന ജോൺസ് ,ബെഞ്ചമിൻ എന്നിവരുടെ മൊഴികൾ ആയിരുന്നു എന്റെ ഏക പോംവഴി ...ഫാദർ നിക്കോളാസ്, ബഞ്ചമിൻ എന്നിവർ പറഞ്ഞ കാര്യങ്ങൾ സത്യമാണെന്ന് അന്വേഷണത്തിൽ ബോധ്യപ്പെട്ടിട്ടുണ്ട്... കാരണം അവർ തമ്മിൽ ഒരു പ്രാവശ്യം തമ്മിൽ കാണുകയെങ്കിലും ചെയ്തിട്ടുണ്ട് എന്ന് ഞാൻ മനസ്സിലാക്കി .ഞങ്ങൾ വളരെ കാതുകൂർപ്പിച്ച് ആണ് അദ്ദേഹത്തിന്റെ വാക്കുകൾ കേട്ടത്....ഇനിയുള്ള മൂന്നുപേരും 3 വ്യത്യസ്തമായ വിവരങ്ങളാണ് തന്നത്.....

'മാത്യു താനൊരു കള്ളൻ ആണെന്നും സ്മഗിൾഡ് ഗുഡ്സുമായി ബന്ധപ്പെട്ട എന്തോ കാര്യം പ്ലാൻ ചെയ്യാനാണ് ലൈബ്രേറിയിൽ വന്നതെന്നും തുറന്നുപറഞ്ഞു..... കേൾക്കുന്നവർക്ക് കുമ്പസാരം ആണ് എന്ന് തോന്നുമെങ്കിലും അത് ഒരു കറകളഞ്ഞ ക്രിമിനലിന്റെ ബുദ്ധി ആണെന്ന് എനിക്ക് മനസ്സിലായി.....മിസ്സ് ഡയാനക്ക് മനസ്സിലായില്ല എങ്കിലും എനിക്ക് മനസ്സിലായി.....'

അയാൾ ഡയാനയെ നോക്കി കൊണ്ടാണ് അത് പറഞ്ഞത്....

ഞാൻ ഡയാനയെ ശ്രദ്ധിച്ചപ്പോൾ അവൾ ഒന്നും ശ്രദ്ധിക്കുന്നില്ല എന്ന് എനിക്ക് മനസ്സിലായി......

' ഞാൻ പറഞ്ഞുവരുന്നത് സത്യത്തിൽ അങ്ങനെയൊരു പ്ലാനോ കൂട്ടുകാരനോ അവിടെ ഉണ്ടായിരുന്നില്ല എന്നാണ്..എസ് പി അഭിമാനത്തോടെ അയാളെ നോക്കി.... പിന്നെയാണ് ഫ്രാൻസിസ് വരുന്നത് ,വളരെ കുറച്ചു കാര്യങ്ങളെ അയാൾ ഇവിടെ പറഞ്ഞുള്ളൂ സ്ഥലത്തിന്റെ പ്രശ്നത്തിൽ ശരിക്കും ഒരു ബഹളം തന്നെ ഇയാൾ നടത്തിയിരുന്നു എന്നു എനിക്ക് വ്യക്തമായി.... പിന്നെ തികച്ചും ഒരു അതിബുദ്ധി, എന്റെ ഭാഷയിൽ പറഞ്ഞാൽ വിഡ്ഢിത്തംകൂടി അയാൾ കാണിച്ചു..... ഒരു മനുഷ്യൻ ആറു പത്തോടുകൂടി പുറത്തുപോയി എന്ന് പ്രഖ്യാപിച്ചു....ആ പ്രഖ്യാപനം ശരിക്കും മാത്യുവിനെ രക്ഷിക്കാൻ ഉള്ള ഒരു മാർഗ്ഗവും പോലീസിനെ വഴിതെറ്റിക്കാൻ ഉള്ള ഒരു തന്ത്രവുമായിരുന്നു....ഒന്നുകിൽ അയാൾ പറഞ്ഞ ആൾ വേഷപ്രച്ഛന്നനായ മാത്യു ആണ്.... അല്ലെങ്കിൽ അങ്ങനെയൊരു സംഭവം നടന്നിട്ടില്ല.....

മൂന്നാമത്തെ ആളായ അഞ്ജലീന ജോസിനെ കുറിച്ചുള്ള എന്റെ

അന്വേഷണം പ്രധാനപ്പെട്ട തെളിവ് എന്റെ കയ്യിൽ എത്തിച്ചു.. അവരുടെ ഭൂതകാലത്തിലേക്ക് ഇറങ്ങിച്ചെന്ന് ഞാൻ ചില കാര്യങ്ങൾ കണ്ടുപിടിച്ചു... ഒരു നേഴ്സ് ആയിരുന്നു അവർ ...ഏതോ യുദ്ധസമയത്ത് ശത്രു രാജ്യത്തിന് രഹസ്യം ചോർത്തി കൊടുത്ത് ഒരു സൈനികൻ മരിക്കാനിടയായ സംഭവം മൂലംആണ് അവർ ജോലി ഉപേക്ഷിച്ചത്....വിഷമരുന്ന് കുത്തിവെക്കപ്പെട്ട സൈനികൻ മരിക്കുകയായിരുന്നു... അതേ ഹോസ്പിറ്റലിൽ നിന്ന് മയക്ക്മരുന്ന് മോഷണം പോയ കേസിലും അവർ ആരോപണ വിധേയയായിരുന്നു.... സീനിയർ ഡോക്ടറുടെ പരാതി പ്രകാരം ആറു മാസം അവർ ശിക്ഷ അനുഭവിച്ചതായി എനിക്കറിയാൻ കഴിഞ്ഞു.....

രണ്ടുപേർ ഓടി പോകുന്നത് കണ്ടു എന്ന് അവരുടെ മൊഴിയും മറ്റു രണ്ടുപേരെ പോലെ വെറും കള്ളം മാത്രമാണ്..... ലെറ്റ് മീ കമീ കൺക്ല്യൂഡ് സാർ..... ലൈബ്രേറിയനെ വധിച്ചത് ഇവർ മൂവരും ചേർന്നാണ്....സയനൈഡ് ആഞ്ജലീന ജോൺസ് കൊണ്ടുവന്നു... ചുറ്റും ശ്രദ്ധിച്ചത് ഫ്രാൻസിസ്.... കൊല നടത്തിയത് മാത്യു.....എന്നിട്ട് ലൈബ്രേറിയന്റെ തൊപ്പിയും കോട്ടും ധരിച്ച് അയാൾ പുറത്തേക്ക് പോയി മറ്റുള്ളവർ സാധാരണപോലെയും... അയാൾ തന്റെ മുന്നിലിരുന്ന കേസ് ഫയൽ മടക്കി....

കേസ് തെളിഞ്ഞിരിക്കുന്നു.... ഞാൻ അത്ഭുതത്തോടെ സർക്കിളിനെ നോക്കി.ഡയാന യാതൊന്നും അപ്പോഴും സംസാരിച്ചില്ല എനിക്ക് അവളോട് പുച്ഛം തോന്നി .

എസ്പി സർക്കിളിനെ അനുമോദിച്ചു.. കൈയ്യടിച്ചു .എല്ലാ മുഖങ്ങളും ഡയാനയിൽ ആയിരുന്നു സർക്കിൾ വിജയകരമായി അവളെ നോക്കി...അവൾ തലമുടിയിൽ കോതിക്കൊണ്ട് എഴുന്നേറ്റു....ഇനി എന്താണ് അവർക്ക് തെളിയിക്കാനുള്ളത് എന്ന് എനിക്ക് മനസ്സിലായില്ല..... എല്ലാ പോയിൻറും സർക്കിൾ പറഞ്ഞു കഴിഞ്ഞു... ഇനി എന്താ.....?!

വളരെ സാവധാനമാണ് അവൾ പറഞ്ഞുതുടങ്ങിയത്.... സർക്കിൾ കേസിനാസ്പദമായ വിവരങ്ങളും തെളിവുകളും വളരെ ഭംഗിയായി ഒരുപാടൊന്നും പ്രശ്നങ്ങളൊന്നുമില്ലാതെ ആധികാരികമായി വിവരിച്ചു .പക്ഷേ ഒരുപാട് ചോദ്യങ്ങൾ മിച്ചം.വരുന്നു....

ഞാൻ എന്റെ സുഹൃത്ത് നിയയോട് പറഞ്ഞു ഒരു സമയക്കണക്ക് ഇതിലുണ്ട് സമയം നമുക്ക് ഒഴിച്ചുകൂടാനാവാത്തതാണ് പ്രത്യേകിച്ച് ഈ കേസിൽ.....അവിടെ വന്ന സന്ദർശകർ ഫാദർ നിക്കോളാസ്, ഫ്രാൻസിസ്, മാത്യു, ബെഞ്ചമിൻ എന്നിവർ സർക്കിൾ ഒഴിവാക്കിയ പോലെ എ

നിക്ക് അവരെ ആരെയും ഒഴിവാക്കാനാവില്ല, കാരണം അവരും ഈ കേസുമായി ബന്ധപ്പെട്ട് ഇരിക്കുന്നു... ഞാൻ കാണിച്ച സമയക്കണക്ക് ഇതാണ്.....

'ഫ്രാൻസിസ് 5.40ന് വന്നു 5.45 ലൈബ്രേറിയനെ കണ്ടു 5.50 പോയി.... അപ്പോൾ മഴയുണ്ടായിരുന്നു....'

രണ്ട്..... നിക്കോളാസ് 5.30ന് കണ്ടു, നാലു മണി കഴിഞ്ഞാണ് അദ്ദേഹം അവിടെ വന്നത്, അപ്പോൾ മെഴുകുതിരി കത്തിച്ചു വച്ചിട്ടുണ്ടായിരുന്നു.

ആഞ്ജലീന ജോൺസ്

4.30ന് വന്നു അപ്പോൾ ലൈബ്രേറിയനെ കണ്ടു ആറുമണിക്ക് പോയി എന്ന് വിചാരിക്കുന്നു.... പക്ഷേ വ്യക്തമല്ല, അവർ തിരിച്ചു പോയപ്പോൾ വെളിച്ചം ഇല്ലായിരുന്നു.... 5.30ന് പോയി അപ്പോൾ അവിടെ വെളിച്ചം ഉണ്ടായിരുന്നില്ല,

ബോറിസ് ബെഞ്ചമിൻ

ആറ് ആയപ്പോൾ വന്നു 6.5 നകം കണ്ടു അദ്ദേഹം ഉറക്കമായിരുന്നു.... വെളിച്ചം ഉണ്ടായിരുന്നു തിരിച്ചു 3 മിനിറ്റിനകം വന്നു അപ്പോൾ വെളിച്ചം ഉണ്ടായിരുന്നില്ല,

ഇതിൽ പ്രധാനമായും ഒന്നാമത്തെ ആൾ ഫ്രാൻസിസ് അയാളുടെ വാച്ച് 10 മിനിറ്റ് ഫാസ്റ്റ് ആയിരുന്നു വന്നത് 5.40 നല്ല 5.30ന് ആണ് എന്ന് നമുക്ക് ഊഹിക്കാം... 6.10 കഴിഞ്ഞ് പുറത്തേക്ക് പോകുന്ന ലൈബ്രേറിയനെ കണ്ടു എന്നു പറയുന്നു..... എന്റെ ഊഹങ്ങൾക്ക് ഒരു തടസ്സം സൃഷ്ടിക്കാൻ ഈ മൊഴിയ്ക്കായി...എന്റെ ഊഹം അനുസരിച്ച് ആറുമണിയോട് അടുപ്പിച്ചാണ് അദ്ദേഹം മരിച്ചത് എന്ന് ഉറപ്പായിരുന്നു.... ആറുമണിക്ക് മരിച്ച ആളെ എങ്ങനെ ആറ് പത്തിന് പുറത്തുകാണും എന്നതായിരുന്നു എന്റെ സംശയം.... ഫാൻസിസിന്റെ വാച്ചിന്റെ കാര്യം അപ്പോഴാണ് ഞാൻ കാര്യമായി ശ്രദ്ധിച്ചത്..... അപ്പോൾ 6.10 കഴിഞ്ഞു എന്ന് ഫ്രാൻസിന്റെ മൊഴി ശരിയാണെന്നും അപ്പോൾ സമയം ശരിക്കും ആറ് കഴിഞ്ഞതേയുള്ളൂ എന്നും എനിക്ക് മനസ്സിലായി.... സമയം 6.5 ആകാറായി കാണും അപ്പോൾ എന്ന് ഞാൻ ഊഹിച്ചു. പോസ്റ്റുമോർട്ടം റിപ്പോർട്ട് പ്രകാരം സംഭവം നടക്കുന്നത് ആറുമണിക്കാണ് എന്ന് വ്യക്തമായി....അതവിടെ നിൽക്കട്ടെ...

ഫാദർ നിക്കോളാസിന്റെ മൊഴിയാണ് നമ്മൾ പരിശോധിക്കേണ്ടത്....

നാലരയോളം ആയപ്പോൾ ആണ് അദ്ദേഹം അവിടെ വരുന്നത്.... തിരിച്ചുപോയത് 5 50 ആയപ്പോഴാണ്....ഫാദറിന്റെ വാച്ചും കൃത്യസമയം കാണിക്കുന്നില്ല .അതും രണ്ടുമിനിറ്റ് സ്ലോയാണ്....അപ്പോൾ അദ്ദേഹം പോയ സമയം 5 48 ആണ്.... ആ സമയത്ത് മഴക്കാറുമൂടി ആകെ ഇരുട്ടായിരുന്നു എന്നും അദ്ദേഹത്തിന്റെ മുറിയിൽ ഒരു മെഴുകുതിരി കത്തിച്ചു വെച്ചിട്ടുണ്ടായിരുന്നു എന്നും അദ്ദേഹം പത്രം വായിക്കുകയായിരുന്നു എന്നും മൊഴിയിലുണ്ട്. 5 50 യോടെ അദ്ദേഹം രജിസ്റ്ററിൽ ഒപ്പിട്ട് ഇറങ്ങി..... ഇനിയാണ് ബെഞ്ചമിൻ എന്ന സന്ദർശകന്റെ മൊഴി പരിശോധിക്കേണ്ടത്.....സർക്കിൾ പറഞ്ഞതുപോലെ ഫാദറും ബെഞ്ചമിനും പരസ്പരം കണ്ടു ആറുമണി ആയതുകൊണ്ട് രണ്ടുപേരുടെയും മൊഴികളിലെ സമയവും തമ്മിൽ പൊരുത്തം ഉണ്ട്..... 6.5 നോട് അടുപ്പിച്ച് ആണ് ബെഞ്ചമിൻ ലൈബ്രേറിയനെ കാണുന്നത്... അപ്പോൾ അദ്ദേഹം ഉറക്കത്തിലായിരുന്നു എന്നും ബെഞ്ചമിന്റെ മൊഴിയിലുണ്ട്.....ബാത്റൂമിൽ നിന്ന് 4 മിനിറ്റ് അതായത് ആറ് പത്തോടുകൂടി ബെഞ്ചമിൻ ചെല്ലുമ്പോൾ അവിടെ വെളിച്ചം ഉണ്ടായിരുന്നില്ല.... രജിസ്ട്രറിൽ ഒപ്പിട്ട് ആറുപത്തിന് ശേഷം അയാൾ പുറത്തിറങ്ങി..... അപ്പോൾ ഫ്രാൻസിസടക്കം ആരെയും കണ്ടില്ല എന്നാണ് മൊഴി.....

ഇനിയാണ് അഞ്ജലീന ജോൺസിന്റ മൊഴി പരിശോധിക്കേണ്ടത്. അവർ നഴ്സായിരുന്നു എന്നത് സത്യമായ കാര്യമാണ്.... അതിലും പ്രധാനപ്പെട്ട ഒരു കാര്യം അവർ മനോരോഗിയാണെന്ന് ഉള്ളതാണ്.... അതിനെക്കുറിച്ച് ഞാൻ പിന്നീട് പറയാം.... സർക്കിൾ പറഞ്ഞ കാര്യങ്ങൾ അക്ഷരംപ്രതി ശരിയാണ്, പിന്നെ സയനൈഡ് അവർക്ക് മാത്രം ലഭിക്കും എന്നതിനോട് ഞാൻ യോജിക്കില്ല.... ആ വിഷം ദൈനംദിനം കൈകാര്യം ചെയ്യുന്നവരാണ് സ്വർണം പൂശുകാർ. അവരുടെ ജോലിയിലെ പ്രധാന വസ്തുവാണ് സയനൈഡ്.... അവർ പറഞ്ഞ മൊഴികൾ അവരുടെ നോട്ടത്തിൽ സത്യം തന്നെയാണ്..... അവരുടെ രോഗാവസ്ഥയിൽ,അബ്നോർമാലിറ്റിയിൽ അവർക്ക് തോന്നിയത് മാത്രമാണ് ആ കാര്യം......'

'അതെങ്ങനെ ശരിയാകും....?'

സർക്കിളാണ് ചോദിച്ചത്.......

'പറയാം.....എന്റെ ഊഹമനുസരിച്ച് ആ സമയത്ത് അതായത് രണ്ടുപേർ ഓടി പോകുന്നത് കണ്ടു എന്ന് പറഞ്ഞ സമയത്ത് മഴ പെയ്യുന്നുണ്ടായിരുന്നു... കറണ്ട് ഉണ്ടായിരുന്നില്ല.... ഇടനാഴിയിലൂടെ അവർ ഓടുന്നത് കണ്ടു എന്നാണ് അഞ്ജലീന ജോൺസിന്റെ മൊഴി....ഇടനാ

ഴി രണ്ടാം നിലയിൽ ആണ് ഉള്ളത്.... ഒന്നാം നിലയിൽ നിന്നു നോക്കിയാൽ രണ്ടാം നിലയിലെ ഇടനാഴി കാണുവാൻ കഴിയില്ല.....കാണണമെങ്കിൽ ലൈബ്രറിക്ക് പുറത്തായിരിക്കുകയും വേണം, പക്ഷെ അവർ അതിനകത്തായിരുന്നു എന്നാണ് അവരുടെ മൊഴി..... അപ്പോൾ അവർ രണ്ടാം നിലയിൽ തന്നെ ഉണ്ടായിരുന്നു അവിടെ പ്രധാനമായി 7 മുറികളുണ്ട്, ഓൾഡ് ബുക്സിന്റെ രണ്ടു റൂം....ന്യൂ ബുക്സിന്റെ ഒരു റൂമും അടക്കം ഇടനാഴിയുടെ ഇടതുവശത്ത് മൂന്നും വലതുവശത്ത് ആർക്കിയോളജി,തിസീസ്,റീഡിങ് റൂം എന്നിങ്ങനെ മൂന്നു മുറികളും സ്റ്റെയർ കെയ്സിന്റ വലത് വശത്ത് ഒരു റൂമും ആണ് ഉള്ളത്..... അങ്ങനെ മൊത്തം ഏഴ് റൂമുകൾ.... അവർ ഓടിയത് ഇതിൽ ഏതെങ്കിലും റൂമിൽ നിന്നാവാനേ സാധ്യതയുള്ളൂ .അപ്പോൾ താഴെ അതായത് ആറിനോടടുപ്പിച്ച് ഉണ്ടായിരുന്ന ഫാദറോ ബെഞ്ചമിനോ അവർ രണ്ടുപേരെ കണ്ടതായിട്ട് പറയുന്നില്ല.... ഇനി മറ്റൊരു വേർഷൻ അവർ താഴെ എത്തി എന്ന് തന്നെ ഇരിക്കട്ടെ.... പിറകിലേക്ക് രണ്ടു വാതിലുകളുണ്ട്.... ക്ലാസിക്കൽ & ട്രെഡീഷണൽ റൂമിലും മറ്റൊന്ന് കമ്പ്യൂട്ടർ റൂമിൽ നിന്നും ....കമ്പ്യൂട്ടറിൽ നിന്നും പുറത്തേക്കുള്ള വാതിൽ തുറക്കാൻ ആവില്ല...' അത് നശിച്ചതാണ്, പിന്നെ ഉള്ളത് രണ്ടാമത്തെ വാതിലാണ്.... അത് തുറന്നാൽ തന്നെ സാധാരണപോലെ മതിലുചാടി റോഡിലേക്ക് പോകണം അതിന്റെ തൊട്ടുമുന്നിലാണ് ടീഷോപ്പ്. മഴയിൽ ആരും ആ സമയത്ത് അതുവഴി പോയില്ല എന്ന് കടക്കാരൻഅടിവരയിട്ട് പറയുന്നു.... കടക്കാരനും പാൽക്കാരനും കൂടി ലൈബ്രറിയുടെ മതിലിനരികിൽ സംസാരിച്ചുകൊണ്ടിരിക്കുകയായിരുന്നു പിന്നെയുള്ള സാധ്യത മുൻവാതിലാണ്... ആറ് പത്തിന് ലൈബ്രറിയിൽ ഉണ്ടായിരുന്നു എന്ന മൊഴി പ്രകാരം വാച്ചിന്റെ കാര്യം കൂടി പരിഗണിച്ചാൽ ആറുമണിക്ക് മുൻവാതിലിന്റെ പരിസരത്ത് അയാൾ ഉണ്ട്. ആ സമയത്ത് തന്നെ അവിടെ നിന്നിറങ്ങി പോകുന്ന രണ്ടു ചെറുപ്പക്കാരെ അയാൾ കണ്ടിരിക്കണം.... പക്ഷെ വേറെ ആരെയും കണ്ടിട്ടില്ല എന്നാണ് അയാൾ പറയുന്നത് ആ സമയത്ത് ഫ്രാൻസിസ് അവിടെ ഉണ്ടായിരുന്നു എന്ന് ബെഞ്ചമിൻ ഉറപ്പു പറയുന്നുണ്ട്. ആ സമയത്ത് മുന്നിലൂടെയും അവർ പോകാൻ സാധ്യതയില്ല അത് വിശ്വാസിക്കാനും വയ്യ അത് കഴിഞ്ഞു പോയി എന്ന് വേണമെങ്കിൽ കരുതാം.... അപ്പോൾ നമ്മൾ വേറൊരു കാര്യം ചിന്തിക്കണം ലൈബ്രറിയിൽ ആ സമയത്തുണ്ടായിരുന്ന ആരും തന്നെ , ലൈബ്രറിയന്റെ മുറിയുടെ മുമ്പിൽ നിന്ന് രജിസ്റ്ററിൽ ഒപ്പു വെക്കാൻ പോയ ഫാദറോ ലൈബ്രറിയനോട് സംസാരിക്കാൻ പോയ ബെഞ്ചമിനോ ഒന്നും ഈ ര

ണ്ട് അംഗസംഘത്തെ കണ്ടിട്ടില്ല എന്നുള്ളതാണ്.....

'അതിനർത്ഥം.....?'

'ആഞ്ജലീനയുടെ സങ്കല്പ സൃഷ്ടിയാണ് ആ കഥ എന്നുള്ളത് തന്നെ.....'

അവിടെ ആകെ ഒരു ശ്മശാന മൂകത പരന്നു.

9. വെളിപ്പെടുന്ന സത്യം

ആ സമയത്ത് അവർ മാത്രം കണ്ടിട്ടുള്ള ഇരുവർ സംഘം അത് സങ്കല്പ സൃഷ്ടി അല്ലെങ്കിൽ മറ്റെന്ത്....

സർക്കിൾ ശബ്ദമുണ്ടാക്കാനാവാതെ ഇരുന്നു....

'അപ്പോൾ ആഞ്ജലീന ജോൺസിന്റെ ഭാഗം ഒരു നിരപരാധിയുടേതാണ്...മരണം നടന്ന സമയത്തു അവർ ലൈബ്രറിയിലെ മരണം നടന്ന മുറിയിൽ പ്രവേശിച്ചിട്ടില്ല.

ഇനി അവസാനത്തെ കണക്കിലേക്ക് വരാം...മരണം നടന്ന സമയം 5.55 നും 6.5 നും മദ്ധ്യേ....ആ സമയത്തു ആരൊക്കെ എവിടെയൊക്കെയാണെന്നു നോക്കാം...

ഫാദർ നിക്കോളാസ്... രജിസ്റ്ററിൽ ഒപ്പിടുന്ന സമയം 5.50.

അപ്പോൾ മരണം നടന്ന സമയത്ത് അദ്ദേഹം അവിടെ നിന്നും പോയിരിക്കുന്നു.....

ഇനി ജോൺസ്....6.5 നോടടുപ്പിച്ചാണ് ലൈബ്രറിയനെ കാണാൻ അയാൾ ചെല്ലുന്നത്..അപ്പോൾ അദ്ദേഹം ഉറക്കത്തിലായിരുന്നു....മുറിയിൽ വെളിച്ചം ഉണ്ടായിരുന്നു....

ഫ്രാൻസിസ്.....5.45 നു മാത്രമേ ലൈബ്രറിയനെ കാണുന്നുള്ളൂ....5.50നു ലൈബ്രറിയിൽ നിന്നിറങ്ങി,6.5 ആകുന്നതു വരെ പുറത്തുണ്ടായിരുന്നു.ഒരാൾ പുറത്തേക്ക് പോകുന്നത് അദ്ദേഹം കാണുകയും ചെയ്തു.അവിടെയാണ് ഞാൻ നേരത്തെ പറഞ്ഞു നിർത്തിയത്.....

അപ്പൊ 6 മണിക്ക് മരണം നടന്നു.6.5 നു ബഞ്ചമിൻ കാണുമ്പോൾ ഉറങ്ങുകയായിരുന്നു എന്നാണ് അയാളുടെ മൊഴി.പക്ഷെ അദ്ദേഹം മരിച്ചു കിടക്കുകയായിരുന്നു എന്നതാണ് സത്യം.....

ഞാനുൾപ്പടെ എല്ലാവരും ഞെട്ടി....

തിരിച്ചു വന്നപ്പോൾ അവിടെയുണ്ടായിരുന്ന വെളിച്ചം നിലച്ചിരുന്നു, കാരണം കൊലപാതകി ആ മുറിയിൽ നിന്നും രക്ഷപ്പെട്ടിരുന്നു....

'അപ്പൊ കൊലപാതകി അവിടെയുണ്ടായിരുന്നു എന്നാണോ പറയുന്നത്....ആരുടേം കണ്ണിൽ പെടാതെ....'

ഞാൻ ജിജ്ഞാസയോടെ ചോദിച്ചു....

'യെസ്..... ആ മുറിയിലുണ്ടായിരുന്ന മെഴുകുതിരി മാത്രമാണ് കൊലപാതകിയെ കണ്ടിരിക്കുന്നത്...ഫാദറിന്റെ മൊഴി പ്രകാരം 5.48 നും 5.50 നും ഇടയിൽ അദ്ദേഹം ലൈബ്രേറിയന്റെ മുറി കടന്നുപോയി.അതു കഴിഞ്ഞാണ് അയാൾ ആ മുറിയിൽ പ്രവേശിക്കുന്നത്....5.55 നും 6 നും ഇടക്ക് കുറച്ചു സംസാരം.....സയനൈഡ് പ്രവർത്തിക്കാൻ അഞ്ചു മിനുറ്റ് ധാരാളം....ആ സമയത്ത് ഒരു ചെറിയ ഞരക്കം പോലും ആരും കേട്ടില്ല കാരണം....?

'കാരണം.....?'എസ് പി ആണ് ചോദിച്ചത്...

ഇവരുടെ ആരുടേം മൊഴികളിൽ നിന്നു കിട്ടാത്തത്... ടീ ഷോപ്പുകാരൻ എനിക്ക് നൽകി....ലൈബ്രേറിയിൽ നിന്നു നൂറു മീറ്റർ മാറി... ഒരു റബ്ബർ ഫാക്ടറി ഉണ്ട്....അവിടെ നിന്നും സയറൺ മുഴങ്ങിയത് 6 മണിക്കാണ്.... ആ തീഷ്ണമായ ശബ്ദത്തിൽ അലർച്ച മുങ്ങിപ്പോയി. ഒരു ഞരക്കം പോലും ആരും കേട്ടില്ല....ആറ് മണി കഴിയുന്നതോട് കൂടി...മരണം സംഭവിക്കുന്നു...ആ സമയത്താണ് ബഞ്ചമിൻ കടന്നു വരുന്നത് ശവശരീരം നിലത്തു കിടക്കുകയായിരിക്കണം അപ്പോൾ....ലൈബ്രേറിയൻ എവിടെ എന്നന്വേഷിക്കാൻ ബഞ്ചമിൻ മുറിയിൽ കയറുമെന്നു മനസിലാക്കിയ അയാൾ സ്വഭാവികമായും മെഴുകുതിരി അണയ്ക്കാതെ ഉറങ്ങുന്നതുപോലെ മുഖവും തലയും മറച്ച് മേശമേൽ ചാരിക്കിടന്നു....കാണാനെത്തിയ ബഞ്ചമിൻ ഉറങ്ങുന്ന അദ്ദേഹത്തിനെ കണ്ടു തിരിച്ചു പോകുന്നു....ബഞ്ചമിൻ ബാത്റൂമിൽ നിന്നു തിരിച്ചു വരുന്ന സമയം കൊണ്ടു തിരി അണച്ചു കൊലപാതകി പുറത്തു കടക്കുന്നു....

'അതെങ്ങിനെ ശരിയാവും.... ഫ്രാൻസിസ് പുറത്തു നിൽക്കുകയല്ലേ....'

അതേ പക്ഷെ മഫ്ലറും കോട്ടും തൊപ്പിയും ധരിച്ച് കുടയുമായി പുറത്തിറങ്ങിയാൽ ആരും സംശയിക്കില്ല...'

'അതായത്....!?'

അതായത് ആറു കഴിഞ്ഞു ഫ്രാൻസിസ് കണ്ടത് ലൈബ്രേറിയന്റെ കൊലപാതകിയെ ആണ്.....തൊപ്പിയും മഫ്ലറും കുടയും അയാളെ തന്റെ മുഖം മറക്കാൻ സഹായിച്ചു ....എന്നതാണ് ശരി...'

ഡയാന പറഞ്ഞു നിർത്തി,

സർക്കിൾ സ്തബ്ധനായി ഇരിക്കുന്നത് ഞാൻ കണ്ടു.എനിക്കും എന്താണ് പറയേണ്ടത് എന്നു മനസ്സിലായില്ല എസ് .പി പതുക്കെ എണീറ്റു....നടന്നു ഡയാനയുടെ അടുത്തേക്ക് വന്നു....എന്നിട്ട് പറഞ്ഞു വെൽഡൻ മൈ ചൈൽഡ് വെൽഡൻ....'

'എനിക്ക് മറ്റു പല സംശയങ്ങളുമുണ്ട് അങ്കിൾ....പക്ഷെ അതൊന്നും

ഇപ്പോ വെളിപ്പെടുത്താൻ പറ്റില്ല പക്ഷെ വേഷപ്രച്ഛന്നനായി പുറത്തു കടന്ന ആളാണ് കൊലപാതകി എന്ന കാര്യത്തിൽ ഒരു സംശയവും വേണ്ട....'

ഡയാന പറഞ്ഞു.

എസ് പി സർക്കിളിനെ നോക്കി....അയാൾക്കും അത് ഏറെക്കുറെ ബോധ്യപ്പെട്ടുകഴിഞ്ഞു എന്നു അയാളുടെ മുഖഭാവം വ്യക്തമാക്കുന്നുണ്ടായിരുന്നു.....

'ഞാൻ കൺവിൻസിങ് ആണ് സർ...എന്റെ നിഗമനത്തേക്കാൾ ശക്തം മിസ് ഡയാനയുടെ നിഗമനങ്ങൾ ആണെന്ന് തോന്നുന്നു .അതിനു കൂടുതൽ വ്യക്തത ഉണ്ട്.....'

ഡയാന ഒരു മന്ദഹാസത്തോടെ എന്നെ നോക്കി ഞാൻ ചിരിച്ചു....

'ആരാണെന്നു.....എന്തെങ്കിലും ബോധ്യമുണ്ടോ തനിക്ക്.....'

നോ ഒരു നേരിയ ധാരണ പോലുമില്ല....അതൊക്കെ വെളിപ്പെടാൻ സമയം എടുക്കും നമ്മൾ അന്വേഷണം ക്ലോസ് ചെയ്തിട്ടില്ലല്ലോ....'

ഡയാനയുടെ ശബ്ദത്തിൽ നല്ല ആത്മവിശ്വാസം ഉണ്ടായിരുന്നു, എസ് പി ക്കത് ബോധ്യമാവുകയും ചെയ്തു എന്ന് തോന്നുന്നു.....

'നീയെന്തിനാണ് താഴത്തെ മുറിയും പിറകിലത്തെ വാതിലും ബാത്റൂമുമൊക്കെ പരിശോധിച്ചത്.....?'

'ഞാൻ ചില പരീക്ഷണങ്ങളൊക്കെ നടത്തി നോക്കുകയായിരുന്നു....

എന്തായാലും സത്യം വെളിവായല്ലോ....ഇനി ആ വേഷപ്രച്ഛന്നക്കാരനെ പിടിച്ചാൽ മതി....'

ഞാൻ ആശ്വാസത്തോടെ പറഞ്ഞു....

'അങ്ങിനെ ആശ്വസിക്കാറായില്ല നിയ.....അതെന്തോ ആപത്തിന്റെ നാന്ദിയാണ്....നമ്മുക്കറിയാത്ത എന്തോ രഹസ്യം ഇതിന്റെ പിന്നിലുണ്ട്.....അതെന്താണെന്നറിയാണുള്ള ആലോചനയിലാണ് ഞാൻ....'

'നീ പറഞ്ഞു വരുന്നത്....?'

'ഇതു ദുരൂഹമായ എന്തോ പ്രശ്നമാണ് അത്ര തന്നെ...'

'അതെന്താണ്?'

എന്റെ ചോദ്യത്തിന് ഞാൻ പ്രതീക്ഷിച്ച അവളുടെ സ്ഥിരം മറുപടിയാണ് വന്നത്....

വഴിയേ പറയാം....

പിന്നെ ഞങ്ങൾ ഒന്നും സംസാരിച്ചില്ല...പിന്നെ മൂന്നുദിവസം ഞങ്ങൾ വീട്ടിൽ തന്നെ കഴിഞ്ഞു....

10. മറ്റൊരത്യാഹിതം

ഷേക്സ്പിയർ ലൈബ്രറിയുടെ അവകാശം കൈയാളുന്ന ട്രസ്റ്റ് ചെയർമാൻ അലൻ ലിയനാർഡ് ആയിരുന്നു അദ്ദേഹം വളരെ സമ്പന്നമായ ഒരു വ്യക്തിയാണ് അദ്ദേഹാം ബെൽമോണ്ടിനു പുറത്തുള്ള കോളനിക്കടുത്താണ് താമസിക്കുന്നത്.... ഞാനിപ്പോൾ അദ്ദേഹത്തിന്റെ വീട്ടു പരിസരത്താണ് നിൽക്കുന്നത് ഡയാനയും എസ്പി സാറും അകത്തുണ്ട്.വളരെ ഭീതിജനകമായ സംഗതിയാണ് ഇവിടെ നടന്നത് എന്നത് അവർക്കു മനസ്സിലായി എന്നു തോന്നുന്നു. കുറച്ചുനേരം കൂടി അവിടെ ചുറ്റിയടിച്ചതിനുശേഷം ഞാൻ അകത്തേക്ക് ചെന്നു.സംസാരം അപ്പോൾ അവസാന ഘട്ടത്തിൽ എത്തിയിരുന്നു....

'ഇന്നലെ സംഭവിച്ചതിനു എന്തെങ്കിലും ക്ലാരിഫിക്കേഷൻ നൽകാനുണ്ടോ നിങ്ങൾക്ക്..... ശത്രുക്കൾ ആരെങ്കിലും ഉണ്ടോ...'

'എന്റെ അറിവിൽ എനിക്ക് ശത്രുക്കളാരും ഇല്ല സാർ ഇന്നലെ എന്റെ ദൈനംദിന കാര്യങ്ങൾ ശരിക്കറിയാവുന്ന ആരോ വിട്ടതാവണം അവനെ ഉറപ്പാണ്...'

' കാരണം?'

'ഇന്നലെ ഞാൻ അടുത്ത പട്ടണത്തിൽ പോയി...ആറു മണിയോടു കൂടി ആണ് തിരിച്ചു വന്നത്....'

എന്തിനാണ് നിങ്ങൾ പട്ടണത്തിൽ പോയത്....?'

'എനിക്ക് ചില കത്തുകൾ അയക്കാൻ ഉണ്ടായിരുന്നു ലൈബ്രറിയുമായി ബന്ധപ്പെട്ട്, അതിനുശേഷം ഞാൻ എന്റെ ഒരു സുഹൃത്തിനെ കാണാൻ പോയി.'

'ആരാ ആ സുഹൃത്ത്...?''

'ഡോക്ടർ ഹാരി ഇബ്സൺ... സൈക്യാട്രിസ്റ്റ്.... അദ്ദേഹം ഒരു ദൂരയാത്ര കഴിഞ്ഞ് പട്ടണത്തിൽ വന്നിരുന്നു, അദ്ദേഹത്തെ കാണുവാൻ ആണ് പോയത്...'

'ഒക്കെ തിരിച്ചു വന്നിട്ട്....?'

'കുളിച്ച് ക്ലബ്ബിലേക്ക് പോയി....'

' ഏത് ക്ലബ്....?'

‘ഡേഞ്ചർ എൻഡ്....’

‘എത്ര മണി വരെ അവിടെ ഇരുന്നു....?’

‘ഏകദേശം എട്ടര.....’

‘ നിങ്ങൾ മദ്യപിച്ചിരുന്നോ....?’

‘യസ് പക്ഷേ അധികം ഇല്ല....’

‘എന്നിട്ട്....?’

‘ ക്ലബ്ബിൽ നിന്നു ഇവിടം വരെ എന്നെ ഒരു കാർ പിന്തുടർന്നായിരുന്നു.’

‘അക്കാര്യത്തിൽ ഇത്ര ഉറപ്പ്....?’

‘ ഞാൻ ക്ലബ്ബിൽ നിന്നിറങ്ങി കുറച്ചുസമയം കഴിഞ്ഞ് ശേഷം മുതൽ തന്നെ ഒരു കറുത്ത കാറെന്നെ പിന്തുടരുന്നുണ്ടായിരുന്നു....’

‘അത് മറ്റെങ്ങോട്ടെങ്കിലും പോകുന്ന കാറായിക്കൂടെ....?’

ഇല്ല എന്നാണ് എന്റെ അനുമാനം... ഡേഞ്ചർ എൻഡിൽ നിന്ന് എന്റെ വീട്ടിലേക്ക് 6 കിലോമീറ്ററിൽ കൂടുതൽ ഉണ്ട്. റെയിൽവേ സ്റ്റേഷൻ വഴി തിരക്കായതിനാൽ ഞാൻ സ്ഥിരം ഈ വഴിക്കാണ് വരാറ്.... ഒട്ടും തിരക്കില്ലാത്ത വഴി പക്ഷേ ഞാൻ കടന്നുപോകാൻ പലവട്ടം കൈകാണിച്ചിട്ടും അതെന്നെ കടന്നു പോയില്ല അത് തന്നെ സംശയാസ്പദമല്ലേ....’

‘ യസ്....എസ്. പി പറഞ്ഞു... പക്ഷേ ആ ഒരു കാരണം കൊണ്ട് തന്നെ ഒരു തീർച്ച പറയാനും പറ്റില്ല ഡയാനാ നീ എന്തു പറയുന്നു....?’

മിസ്റ്റർ ലിയനാർഡ് പറഞ്ഞതിനോട് ഞാൻ പൂർണമായും യോജിക്കില്ല, വിയോജിക്കുകയും ഇല്ല മറികടന്നില്ല എന്ന് കരുതി ആൾക്കാർ താങ്കളെ പിന്തുടർന്നു എന്ന് തീർത്ത് പറയാനും പറ്റില്ല പറയാതിരിക്കാനും പറ്റില്ല.’

‘ മനസ്സിലായില്ല.’

‘ പറയാം കൊലപാതകശ്രമം കഴിഞ്ഞ് അയാൾ പുറത്തുചാടിയ കാര്യം പറഞ്ഞല്ലോ... ഏതു വഴിയാണ് ഓടിയത്...?’

‘മുന്നിലെ പുൽത്തകിടി വഴി ഓടി മതിൽ ചാടിക്കടന്നു മറഞ്ഞു....’

‘യെസ് മുന്നിലെ ഈ ജനാല വഴിയാണ് നിങ്ങൾ അത് കണ്ടത്.....’

‘ അതേ.....’

‘ഗേറ്റിന് അപ്പുറത്തെ കാഴ്ചകളിലെവിടെയെങ്കിലും ഒരു കാർ കിടക്കുന്നതായി തോന്നിയോ....?’

‘ഇല്ല....’

‘ഒന്നുകൂടി ആലോചിച്ചേ....’

‘ഉറപ്പാണ്.....’

'ഞാനിപ്പോ വരാം....ഡയാന പുറത്തിറങ്ങി,കൂടെ ഞാനും എന്തോ അന്വേഷിച്ച് നടക്കുന്ന പോലെ ആയിരുന്നു അവളുടെ പോക്ക്....വീട്ടിൽ നിന്നു കുറച്ചു ദൂരം നടന്ന അവൾ ഒരു മരച്ചുവട്ടിൽ എത്തിയപ്പോൾ ബ്രേക്ക് ഇട്ടതു പോലെ നിന്നു.

അവിടെ ഒരു വാഹനം നിർത്തിയതിന്റെയും തിരിച്ച് എതിർദിശയിൽ ഓടിച്ചുപോയതിന്റെയും ടയർ പാട് തെളിഞ്ഞു കിടക്കുന്നുണ്ടായിരുന്നു. കാഴ്ചയിൽ അത് കുറച്ച് സമയം കൂടെ കിടന്നിരുന്നു എന്ന് തോന്നി.

'യെസ് അവനോ അവനയച്ചവനോ.. ഇവിടെ വന്നിട്ടുണ്ട് ഒരു കാറിൽ. കാറിവിടെ പാർക്ക് ചെയ്തിട്ടാണ് അവൻ മതിൽ ചാടി കടന്നത്......' അവൾ പറഞ്ഞു.

ഞാൻ അവളുടെ മുഖത്തേക്കും ടയർപാടിലേക്കും മാറി മാറി നോക്കി നിന്നു.

'ഈ കാർ മറ്റാരെങ്കിലും കൊണ്ടുവന്നതായി കൂടെ...?'

'ഇവിടെ അടുത്ത് മറ്റു വീടുകൾ ഇല്ല,ഈ വഴി ഈ വീട്ടിലേക്ക് മാത്രം ഉള്ളതാണ്, ഈ ടയർപാടിന് അധികം പഴക്കവുമില്ല..... ഇന്നലെ തന്നെ ഉണ്ടായതാണ് ഈ പാട് കാരണം മിനിഞ്ഞാന്ന് ഈ ഭാഗങ്ങളിലൊക്കെ ശക്തമായ മഴ പെയ്തിരുന്നു.....മിനിഞ്ഞാന്നോ അതിനുമുമ്പുള്ള ദിവസങ്ങളിലോ ആണ് ഈ കാർ ഇവിടെ വന്നതെങ്കിൽ അടയാളം മാഞ്ഞുപോയേനെ....പക്ഷേ ഇത് വളരെ തെളിമയോടെ കാണപ്പെടുന്നു അതിനർത്ഥം..... ഈ പാട് ഉണ്ടായത് ഇന്നലെ തന്നെ എന്നുള്ളതാണ്.....'

'ഇനീ എന്താ നിന്റെ പ്ലാൻ.....'

ഞാൻ ഡയാനയോട് ചോദിച്ചു....

'എനിക്ക് ഒരു ആശയം തോന്നുന്നുണ്ട് ഉറപ്പായും മറ്റെന്തെങ്കിലും കൂടി വന്നയാൾ അവശേഷിപ്പിച്ചിട്ടുണ്ട്.... ഉറപ്പ്....'

അവൾ വേഗം സംഭവം നടന്ന വീട്ടിലേക്ക് നടന്നു......

എസ് പിയും ലിയണാർഡും സംഭാഷണത്തിൽ ആയിരുന്നു ഡയാന കയറി വന്നപ്പോൾ അവർ സംസാരം നിർത്തി അവളെ ശ്രദ്ധിച്ചു.

കേറിവന്നതേ അവൾ തന്നെ തലമുടിയിൽ വിരൽകോതി എതോ ഒരു അജ്ഞാത ബിന്ദുവിൽ മിഴി അർപ്പിച്ച് കുറച്ചു നേരം നിശബ്ദയായി സോഫയിൽ ഇരുന്നു. എന്നിട്ട് എഴുന്നേറ്റു.

മിസ്റ്റർ എഡ്വിൻ ലിയണാർഡ് നിങ്ങൾക്കൊരു സഹോദരൻ ഉണ്ടല്ലോ...അലൻലിയനാർഡ്...നിങ്ങൾ ഇരട്ടകളാണോ.....

യെസ് മാഡം....പക്ഷേ ഞങ്ങൾ തമ്മിൽ യാതൊരു സാമ്യവുമില്ല

എന്നുള്ളതാണ് സത്യം....'

ഓക്കേ അദ്ദേഹത്തിന്റെ ഭവനം എവിടെയാണ്.....'

'ഇവിടുന്നു തൊട്ടെതിരു ഡയറക്ഷൻ ആണ്....ബെൽമോണ്ടിന്റെയും കാൻഫാക്സിന്റെയും അതിർത്തിയിലായി വരും....'

(ബെൽമോണ്ടിന്റെ അടുത്ത ഗ്രാമമാണ് കാൻഫാക്സ് അത് ഞാൻ പിന്നീട് ചോദിച്ചറിഞ്ഞു....)

'ഓക്കെ അദ്ദേഹത്തിന് ശത്രുക്കൾ ആരെങ്കിലും ഉണ്ടോ.....?'

'ഇല്ല എന്താ മാഡം അദ്ദേഹത്തെ കുറിച്ച് എന്നോട് ചോദിക്കുന്നത്....'

'ഒന്നുമില്ല ചില സംശയങ്ങൾ അത്രമാത്രം എപ്പോഴാണ് നിങ്ങൾ ഉറങ്ങാൻ കിടന്നത്...?'

ഏകദേശം 10 മണി കഴിഞ്ഞു കാണും ഉറക്കം തുടങ്ങിയത് പിന്നെയും അരമുക്കാൽ മണിക്കൂർ കഴിഞ്ഞു കാണണം....

' എപ്പോഴാണ് നിങ്ങൾ ഉണർന്നത്....?'

ഇവിടെ നായവളർത്തലില്ല.... കോമ്പൗണ്ടിൽ ഒരു സെക്യൂരിറ്റി ഉണ്ടായിരുന്നു.... അയാൾ ലീവിലും ആയിരുന്നു... ഉറക്കം അതിന്റെ തീവ്രത എത്തിയപ്പോഴാണ് അത് സംഭവിച്ചത്, എത്ര ഉറക്കത്തിൽ ആണെങ്കിലും ചെറിയ ശബ്ദം കേട്ടാൽ ഞാൻ എണീക്കും... ഒരു ചട്ടി താഴെ വീണുടയുന്ന കേട്ടാണ് ഞാൻ എണീറ്റത് അപ്പോൾ ഒരു കറുത്ത രൂപം എന്റെ അടുത്തു നിൽക്കുന്നത് കണ്ടു

അയാളുടെ കയ്യിൽ ഒരു ചെറിയ കുപ്പി ഉണ്ടായിരുന്നു അതിനു വിഷം പോലെ എന്തെങ്കിലും ദ്രാവകം ആകാമെന്നും എന്നെ അത് ബലം പ്രയോഗിച്ച് കുടിപ്പിക്കാൻ ആണെന്നും ഞാൻ തിരിച്ചറിഞ്ഞു, ഞങ്ങൾ തമ്മിൽ ചെറിയൊരു മൽപ്പിടുത്തം തന്നെ നടന്നെന്ന് പറയാം .ഞാൻ അയാളെ ഊക്കോടെ ചവിട്ടിത്തള്ളി.... തെറിച്ചു വീണ അയാൾ എഴുന്നേൽക്കും മുമ്പ് തന്നെ ഞാൻ ബൾബിന്റെ സ്വിച്ച് അമർത്താൻ തിരിഞ്ഞു...പെട്ടെന്ന് തന്നെ അയാൾ അപ്രത്യക്ഷനായി.... ഇതാണ് സംഭവിച്ചത് അയാൾ പറഞ്ഞു നിർത്തി....

ഡയാന ചിന്തയോടെ നിന്നു.....

'ഒരുകാര്യം കൂടി ലിയനാർഡോ....എന്തെങ്കിലും

അടയാളങ്ങളോ എഴുത്തുകളോ കണ്ടോ അയാൾ വന്നുകഴിഞ്ഞു ഇവിടെ എന്തെങ്കിലും അസ്വാഭാവികമായി....?'

'ഉവ്വ്.....മാഡം.... എന്റെ മുറിയുടെ ചില്ലു ജനലിൽ ചുവന്ന മഷി വെച്ച് ഒരു എഴുത്ത് കണ്ടു.....'

'എവിടെയാണ് അത്.....'

അയാൾ ഞങ്ങളെ അയാൾ കിടപ്പുമുറിയിലേക്ക് നയിച്ചു....അവിടെ ജനലിൽ വ്യക്തമായി ഒരു എഴുത്തുകാണാൻ ഉണ്ടായിരുന്നു...അത് ഇ ങ്ങനെയായിരുന്നു 'meutrre'

എസ് പി ക്ക് ഒന്നും മനസ്സിലായില്ല

'ഇതെന്താണ്...?'

ഡയാന വളരെ ഗൗരവത്തിൽ അതിൽ തന്നെ സൂക്ഷിച്ചു നോക്കി കുറച്ചു നേരം നിന്നു....

'ശരിയങ്കിൾ നമ്മുക്ക് പോകാം...ഡിപ്പാർട്ട്മെന്റ് ഇതിന്റെ ഫോട്ടോ എടുക്കണം മറക്കരുത്....'

അത്രയും പറഞ്ഞ് അവൾ ഇറങ്ങിനടന്നു കൂടെ ഞങ്ങളും....

11. ചിതറിയ തെളിവുകൾ

മൂന്നു ദിവസങ്ങൾ കഴിഞ്ഞു ഒരു ദിവസം ഞങ്ങളും എസ് പി സാറും സംസാരിച്ചു കൊണ്ടിരിക്കുകയായിരുന്നു...ഉടനെ അദ്ദേഹത്തിന്റെ ഫോൺ ശബ്ദിച്ചു.....മറുവശത്ത് നിന്നു കേട്ട വാർത്ത അത്രക്ക് നല്ലതായിരുന്നില്ല എന്നത് അദ്ദേഹത്തിന്റെ മുഖം വിളിച്ചറിയിച്ചു....

പെട്ടെന്ന് തന്നെ അസ്വസ്ഥതയോടെ അദ്ദേഹം ഫോൺ കട്ട് ചെയ്തു......

'എന്താ സർ കാര്യം.....?'

ഒരു നിമിഷത്തിനു ശേഷമാണ് എസ് പി മറുപടി പറഞ്ഞത്.....

'നാഷണൽ മ്യൂസിയത്തിന്റെ നടത്തിപ്പുകാരി മിസ്സിസ് ക്ലാര ഫെർണാണ്ടസ് മ്യൂസിയത്തിൽ മരിച്ചു കിടക്കുന്നു....'

ഞാൻ നടുങ്ങിപ്പോയി.....അതു ഞങ്ങളുടെ വീട്ടിൽ നിന്ന് നാലു കിലോമീറ്റർ മാത്രം അകലെയാണ്....പക്ഷേ അത് അടുത്ത സ്റ്റേഷന്റെ പരിധിയിലാണ്....

'ഞാനുടനെ അങ്ങോട്ട് പോകുന്നു.....'

എസ് പി തിരക്ക് കൂട്ടി ഞങ്ങളും യാത്ര പറഞ്ഞു....

നാലാം ദിവസം ചായയുടെ സമയമായപ്പോൾ ഞങ്ങൾ പ്രതീക്ഷിക്കാത്ത ഒരു അതിഥി ഞങ്ങളെ കാണാൻ വന്നു....അദ്ദേഹത്തിന്റെ മുഖം വികരവിക്ഷോഭം കൊണ്ടു ചുവന്നിരുന്നു

ഡയാന തന്റെ പ്രിയപ്പെട്ട സുഗന്ധ കാപ്പി ആസ്വദിച്ചു കൊണ്ടിരിക്കുകയായിരുന്നു.... മേശപ്പുറത്ത് ഇരുന്ന ചിപ്സ് വളരെ ആസ്വദിച്ചു കഴിച്ചു കൊണ്ടിരുന്ന അവൾ എസ് പി യുടെ ഭാവം ശ്രദ്ധിക്കാതെ ഇരുന്നില്ല....

'എന്താ അങ്കിൾ മുഖത്താകെ ഒരു വാട്ടം....'

'പുതിയൊരു തലവേദന അതെന്നെ ഭ്രാന്ത് പിടിപ്പിക്കുന്നു....'

ഞാനും നെരിപ്പൊടിനടുത്തായി സ്ഥാനം പിടിച്ചു....

'എന്താ പ്രശ്നം എന്നു അങ്കിൾ ഇതുവരെ പറഞ്ഞില്ല....'

മ്യൂസിയത്തിലെ മരണം അതാണ്....ഒരു തെളിവുമില്ല...അങ്ങുമിങ്ങും

ചിതറിയ ചില വസ്തുക്കൾ മാത്രം.... എസ്.പി പറഞ്ഞു...

ഡയാന ഒന്നിളകിയിരുന്നു....അവളുടെ കണ്ണുകൾ ഇര കണ്ട ചെന്നായയെ പോലെ തിളങ്ങി.....

'എന്നിട്ട്....'

'അത് ആത്മഹത്യ അല്ല എന്ന് പോലീസിന് വ്യക്തമായിട്ടുണ്ട് പക്ഷെ ഒരുതെളിവും ലഭിച്ചിട്ടില്ല.....'

'ഞാനെന്താണ് ചെയ്യേണ്ടത്.....'

'നീ സംഭവ സ്ഥലം വരെ ഒന്നു വരണം കേസന്വേഷിക്കുന്നത് പുതിയ റിക്രൂട്ട്മെന്റില് വന്ന ഒരു സർക്കിൾ ഇൻസ്പെക്ടർ ആണ്.... അയാൾ ആകെ അമ്പരന്നിരിക്കുകയാണ്....'

ഞാൻ പ്രതീക്ഷിച്ച മറുപടി ആണ് അവൾ പറഞ്ഞത്

ഡയാന അങ്കിളിന്റെ കൂടെ വരുന്നു....

പോകുന്ന വഴിക്കാണ് ആ സംഭവം എസ് പി വിവരിച്ചത്.....

നാഷണൽ മ്യുസിയം വർഷങ്ങൾക്ക് മുൻപ് ആരംഭിച്ചതാണ്....മിസ്സിസ് ക്ലാര ഫെർണാണ്ടസ് ആണ് അതിന്റെ നടത്തിപ്പുകാരി.....അവരുടെ ഭർത്താവും അവരും പട്ടാളത്തിലായിരുന്നു....അവരുടെ ഭർത്താവിന്റെ മരണം ദുരൂഹമായിരുന്നു...അയാളുടെ മരണശേഷമാണ് അവർ ഈ ഗ്രാമത്തിൽ വരുന്നത്....പണ്ട് മുതൽക്കേ പുരാവസ്തുക്കൾ അവർക്ക് വലിയ കാര്യമായിരുന്നു....പ്രശസ്തനായ ആർക്കിയോളജിസ്റ്റ് സാംസൺ മാത്യൂസിന്റെ ഒരു പുരാവസ്തു മ്യുസിയം അന്നീ ഗ്രാമത്തിൽ ഉണ്ടായിരുന്നു..... ഇരുപതു വർഷങ്ങൾക്ക് മുൻപ് ക്ലാര ഇവിടെ വരുമ്പോൾ സാംസണിന്റെ കൈവശമിരുന്ന ബംഗ്ലാവ് അദ്ദേഹത്തിന്റെ പുരാവസ്തു മ്യൂസിയം എന്നിവ അവർ വാങ്ങി....

ആർക്കിയോളജി ഡിപ്പാർട്ട്മെന്റിന്റെ സഹായത്തോടെ അതൊരു സ്വകാര്യ മ്യുസിയമാക്കി വികസിപ്പിച്ചു.....സൈന്യത്തിൽ നിന്നു വന്നതിനു ശേഷം അവർ ആർക്കിയോളജിയിൽ ഡോക്ടറേറ്റ് എടുത്തു.....അവരാണ് കൊല്ലപ്പെട്ടിരിക്കുന്നത്.....എന്നത്തേത് പോലെ ഒരു സാധാരണ ദിവസം ആയിരുന്നു ആ വെള്ളിയാഴ്ച... സന്ദർശകർ നന്നേ കുറവായിരുന്നു...രണ്ട് ഏക്കറിനുള്ളിൽ ഒരു വലിയ ബംഗ്ലാവും മ്യുസിയം കെട്ടിടവും വലിയ ഒരു ഉദ്യാനവും....മ്യുസിയത്തിന്റെ മുൻഭാഗത്ത് വലതു വശത്താണ് ഉദ്യാനം....

മുൻപിലെ ഗേറ്റിൽ ഒരു കാവൽക്കാരനും മ്യുസിയത്തിന്റെ പ്രധാന വാതിലിൽ മറ്റു രണ്ട് കാവൽക്കാരുമുണ്ട്.....

മ്യൂസിയം കെട്ടിടത്തിനും ഉദ്യാനത്തിനും താഴെ ഒരു കാന്റീൻ ഉണ്ട്....അത് ഉദ്യാനത്തിന്റ വലതു വശത്താണ്. അതിൽ നിന്ന് നോക്കിയാൽ മ്യൂസിയം കാണാനാവില്ല, പുറത്തുണ്ടായിരുന്ന രണ്ടു സുഹൃത്തുക്കളും ആരും പുറത്തേക്കുവരുന്ന കണ്ടിട്ടില്ല. സംഭവം നടന്നത് ഉച്ചയ്ക്ക് 1.30യ്ക്കും1 45 ഇടക്കാണ് എന്നാണ് അനുമാനം അതിനു തൊട്ടുമുമ്പുവരെ അവരെ കണ്ട ആളുകളുണ്ട് പ്രാഥമിക അന്വേഷണത്തിൽ അവിടെ ഉണ്ടായിരുന്ന ആരെയും സംശയാസ്പദമായി കണ്ടിട്ടില്ല. പുറത്തുണ്ടായിരുന്ന രണ്ടു സെക്യൂരിറ്റികളും ആരും പുറത്തേക്കു വരുന്നതും കണ്ടിട്ടില്ല.

'കൊലപാതകി സമർത്ഥനാണ് എന്നുള്ളത് വ്യക്തമാണ്.....'

'കാരണം.....?'

ഉച്ചഭക്ഷണ സമയം തെരഞ്ഞെടുത്തത് ആ സമയത്ത് സെക്യൂരിറ്റി ജീവനക്കാർക്ക് ഷിഫ്റ്റ് ആണ് .ഒരാൾ മാത്രമേ കാവലിനു ഉള്ളൂ ആ സമയത്ത് ആണ് അയാൾ പുറത്ത് കടക്കുന്നതെങ്കിൽ ആ നിഗമനങ്ങൾ ആകെ തെറ്റും ,ആ സമയത്ത് അവിടെ ഏഴോളം ആളുകൾ ഉണ്ടായിരുന്നു അവരൊക്കെ ഓരോ ഭാഗത്തായിരുന്നു.

മിസ്സിസ് ക്ലാര ഓഫീസ് റൂമിൽ ഉണ്ടായിരുന്നു. 11 വരെ, അതിനുശേഷം അവർ താളിയോല ഗ്രന്ഥങ്ങൾ സൂക്ഷിച്ചിരുന്ന സ്ഥലത്തേക്ക് പോയി.

സന്ദർശകർക്ക് ചില കാര്യങ്ങൾ പറഞ്ഞുകൊടുക്കാൻ പിന്നെ അവർ കോണിപ്പടി നന്നാക്കാൻ വന്ന ആശാരിയുമായി സംസാരിച്ചു. അഞ്ചോളംമിനിറ്റുകൾ എടുത്തു എന്ന് കല്ലിസ്റ്റോ എന്ന ഉദ്യോഗസ്ഥന്റെ അടുത്തുചെന്ന് സംസാരിച്ചു. പിന്നെ സ്വന്തം മുറിയിലേക്ക് പോയി. അതിനുശേഷം അവരെ കാണുന്നത് മരിച്ച നിലയിലാണ്.

എസ്പി പറഞ്ഞുനിർത്തി

'അവിടെ ഉണ്ടായിരുന്നവരെ സംശയിക്കാമോ.....?'

'യെസ് അവരെല്ലാം തന്നെ അതിന് അർഹരാണ് എന്നാണ് എന്റെ പ്രാഥമികനിഗമനം, ധൃതി കൂടാതെ കാര്യങ്ങളെ സസൂക്ഷ്മം പഠിച്ചാൽ കാര്യങ്ങൾ വ്യക്തമാകും....'

എസ്പി പറഞ്ഞു.

അപ്പോഴേക്കും വാഹനം മ്യൂസിയത്തിന് മെയിൻ ഗേറ്റിൽ എത്തിയിരുന്നു.

മെയിൻ ഗേറ്റുകൾ രണ്ടെണ്ണമാണ്, അവിടെ രണ്ടിടത്തും വാച്ച്മാൻമാരുടെ ക്യാബിനുകൾ ഉണ്ട്. ഗേറ്റ് തുറക്കുന്നത് വലിയൊരു ഉദ്യാന

ത്തിലേക്ക് ആണ്. ഉദ്യാനത്തിൽ രണ്ടുമൂന്ന് വിളക്കുകാലുകൾ ഉണ്ട്.

അവിടെ പച്ചപ്പുല്ല് വെട്ടിയൊരുക്കി വെച്ചിരിക്കുന്നു, ഇടയ്ക്ക് സന്ദർശകർക്കിരിക്കാൻ തടി കസേരകൾ ഇട്ടിട്ടുണ്ട്. ചരലും വെള്ളാരം കല്ലും പാകിയ വഴിയായിരുന്നു അത്. അവിടുന്ന് ഞങ്ങൾ മ്യൂസിയം കെട്ടിടത്തിന് മുൻവശത്തെത്തി,അതിന്റെ വലതു ഭാഗത്തായിരുന്നു ക്ലാര താമസിച്ചിരുന്ന ബംഗ്ലാവ്,മ്യൂസിയത്തിന് ഇടതുവശത്ത് താഴെയായാണ് കാൻറീൻ.

'മൊഴികൾ ഒക്കെ എടുത്ത് കഴിഞ്ഞോ....?'

എല്ലായിടവും സൂക്ഷിച്ചു നോക്കിക്കൊണ്ട് അവൾ എസ് പിയോട് ചോദിച്ചു.

'ഒരു പരിധിവരെ.'

'നിനക്ക് സ്വതന്ത്രമായ ഒരു രീതി ഉണ്ടല്ലോ, ഇന്ന് തന്നെ എല്ലാവരോടും ഇവിടെ എത്താൻ അറിയിച്ചിട്ടുണ്ട് .ക്ലാരയുടെ ബംഗ്ലാവും ഈ മ്യൂസിയവും ഇപ്പോൾ പോലീസ് നിയന്ത്രണത്തിലാണ്, ബംഗ്ലാവിൽ വെച്ച് ഒരു ചോദ്യം ചെയ്യൽ അതാണ് എന്റെ ഉദ്ദേശം സർക്കിൾ മാനുവലും ഇവിടെയുണ്ട്...'

അദ്ദേഹം വലതുവശത്തേക്ക് നോക്കി, ചുറുചുറുക്കുള്ള ആരോഗ്യ ദൃഢഗാത്രൻ ആയ ഒരു പോലീസ് ഉദ്യോഗസ്ഥൻ അങ്ങോട്ട് വന്നു .അയാളുടെ മുഖത്ത് ഒരു ആത്മവിശ്വാസം ഉണ്ടായിരുന്നു.

ഞങ്ങൾ ആദ്യം സംഭവം നടന്ന മുറിയിലേക്കാണ് പോയത് . ആ മുറിയിൽ വലിയൊരു മേശയും അലമാരിയും ഉണ്ടായിരുന്നു.... മുറിയിലെ അലമാരയിൽ ചാരിയാണ് മൃതദേഹം കാണപ്പെട്ടത് എന്ന് എസ് പി സാർ പറഞ്ഞു. മററ് വസ്തുക്കളെല്ലാം അതേപടി അവിടെ ഉണ്ടായിരുന്നു. പോലീസ് മാർക്ക് ചെയ്തതായിരുന്നു അവയോരോന്നും.

ഒന്ന്

നൈലോണും ചണവും കൊണ്ടു നിർമ്മിച്ച ഒരു ലേഡീസ് ഹാൻഡ് ബാഗ്.

രണ്ട്

വീതി കൂടിയ ഒരു ഷൂ ലൈസ്

'വേറെ എന്തെങ്കിലും....?'

ഡയാന ചോദ്യഭാവത്തിൽ എസ്പിയെ നോക്കി.

'വേറെ പ്രത്യേകിച്ച് ഒന്നുമില്ല, പിന്നെ ഒരു ചോക്ക് കഷണം കൊ

ണ്ട് എഴുതിയ ചില വാക്കുകൾ.... അർത്ഥം ഒന്നും ഉണ്ടെന്ന് തോന്നുന്നില്ല, ഏതോ വാക്കുകൾ തിരിച്ചും മറിച്ചും എഴുതിയിരിക്കുന്നു....'

'എവിടെ അത്....?'

ചോദ്യത്തിന് മറുപടിയായി ഒരു കോൺസ്റ്റബിൾ ഒരു കാർഡ് ബോർഡ് കൊണ്ടുവന്നു.

അതിൽ ഇങ്ങനെ എഴുതിയിരുന്നു..'uxorem vengeance'

എനിക്കൊന്നും മനസ്സിലായില്ല എന്തൊക്കെയോ വാക്കുകൾ കൂട്ടിച്ചേർത്തു എഴുതിവെച്ചിരിക്കുന്നു.

ഡയാന അത് സസൂക്ഷ്മം നോക്കി.

'ഇനിയെന്തെങ്കിലും.....?'

'യസ് ഒരു ചെയിൻ കിട്ടിയിട്ടുണ്ട് അതിൽ' മാർത്ത' എന്ന് എഴുതിയിട്ടുണ്ട്...'

ഒക്കെ അവൾ ആ ചുറ്റുവട്ടമാകെവളരെ കാര്യമായി ശ്രദ്ധിച്ചു....ഞാനോർത്തത് മറ്റൊരു കാര്യമാണ് കഴിഞ്ഞ രണ്ടു കേസുകളെക്കാൾ കുഴപ്പം പിടിച്ചതാണ് ഇതെന്ന് തോന്നുന്നു.

ചിതറിയ കുറച്ച് ചിന്തകൾ മാത്രമാണ് ഇപ്പോൾ ഉള്ളത് ഒന്നും മനസ്സിലാകുന്നില്ല ഒന്നും......

'അന്നിവിടെ ഉണ്ടായിരുന്നവർ എവിടെ....? ആദ്യം എനിക്ക് അവരെയെല്ലാം ഒന്ന് കാണണം അതിനുശേഷം ആകാം ബാക്കി....'

ഡയാന പറഞ്ഞു.

'ശരി നമുക്ക് അങ്ങോട്ട് പോകാം.'

ഐസക് തോമസ് പറഞ്ഞു.....

ക്ലാരയുടെ വീട്ടിലേക്കു നടന്നു.... ഒരു വലിയ വീടായിരുന്നു അത്.

അവിടെ വലിയ ചരൽക്കല്ലുകൾ പാകിയിരുന്നു.

ബംഗ്ലാവിന്റെ മുൻവാതിൽ തുറന്നിട്ടിരിക്കുകയായിരുന്നു അവിടെ ഒരു കോൺസ്റ്റബിൾ കാവൽ നിന്നിരുന്നു.

'അവരൊക്കെ അകത്തെ മുറിയിൽ ആണ് നമുക്ക് ഈ സ്വീകരണ മുറിയിലേക്ക് ഇരിക്കാം.....'

ഐസക് തോമസ് ഞങ്ങളോട് പറഞ്ഞു.

ഡയാനയും ഞാനും ആ മുറിയിലേക്ക് കയറി.

വിലകൂടിയ ഫർണിച്ചറുകൾ ആണ് ആ മുറിയിൽ ഉണ്ടായിരുന്നത്. വീട്ടിയിലും ആഞ്ഞിലിയിലും ചന്ദനത്തിലും തീർത്ത നല്ല ഒന്നാന്തരം മരസാമാനങ്ങൾ, ഡയാന അവയിലൂടെ ഒക്കെ കണ്ണോടിച്ചു.

ചുമരുകളിൽ കാല്പനിക കാലഘട്ടം ആയ പതിനേഴും പതിനെട്ടും നൂറ്റാണ്ടുകളിലെ പ്രകൃതി ദൃശ്യങ്ങളുടെ എണ്ണച്ചായ ചിത്രങ്ങൾ ഉറപ്പിച്ചിരുന്നു കാളവണ്ടി ചക്രത്തിന്റെ മാതൃകയിൽ നിർമിച്ചിരുന്ന ടേബിൾ ആയിരുന്നു അവിടെ ഇട്ടിരുന്നത്.

കസേരകൾ മൂന്നെണ്ണം ഉണ്ടായിരുന്നു ഞങ്ങൾ അവയിൽ ഇരുന്നു.

സി ഐ അപ്പോൾ അങ്ങോട്ട് വന്നില്ല.

'അവരെ ഓരോരുത്തരെയായി വിളിക്ക്.'

എസ്.പി നിർദ്ദേശം കൊടുത്തു

ഡയാന ലെറ്റർ പാഡ് എടുത്ത് തയ്യാറായി.

(ബാക്കി വിവരങ്ങൾ ഡയാന എന്നോട് പറഞ്ഞതാണ്)

അപ്പോൾ എസ്പി ഫയലിൽ നിന്ന് ഒരു കടലാസെടുത്ത് അവളുടെ കയ്യിൽ കൊടുത്തു അതിൽ ഈ ലിസ്റ്റ് ആണ് ഉണ്ടായിരുന്നത്....

ആൽബിയോൺ
മെഡിക്കൽ റെപ്രെസെന്റേറ്റീവ്

നതാലിയ
ന്യൂസ് റിപ്പോർട്ടർ ഡെയിലി ന്യൂസ്

ഗ്ലോറിയ
ചെറുകഥ എഴുത്തുകാരി

ബെൽമിറോ
മുൻ കേണൽ

പൗലോ
മരപ്പണിക്കാരൻ

മാർഗരറ്റ്
നടി, സംവിധായിക

സെബാസ്റ്റ്യാനോ
പണ്ഡിതൻ, തത്വചിന്തകൻ

മ്യൂസിയത്തിലെ ജോലിക്കാർ

കല്ലിസ്റ്റോ
പാസ് കൊടുക്കുന്ന ഉദ്യോഗസ്ഥൻ

ആൻറണി
മെയിൻ ഗേറ്റിലെ കാവൽക്കാരൻ

ലൂയിസ്
രണ്ടാമത്തെ കാവൽക്കാരൻ

മാർട്ടിൻ
മ്യൂസിയം പ്രധാന വാതിൽകാവൽക്കാരൻ

അവൾ ലിസ്റ്റ് ആകെ ഒന്നോടിച്ചു നോക്കി.
ആദ്യം കടന്നുവന്നത് നതാലിയയായിരുന്നു
23 ഓളം വയസ്സ് വരുന്ന ചെറുപ്പക്കാരി,
അവളാകെ ഭയന്നിരുന്നു.
വന്ന ഉടനെ ഡയാന അവൾക്ക് ഇരിപ്പിടം നൽകി.
'എന്താണ് പേര്....?'
'നതാലിയ'
'നതാലിയ എന്തു ചെയ്യുന്നു....?'
'ഞാൻ ഡെയിലി ന്യൂസിൽ റിപ്പോർട്ടറാണ്.'
'ഓക്കേ.....'
'മുമ്പ് ഇവിടെ വന്നിട്ടുണ്ടോ...?'
'ഇല്ല.'
'ഇന്ന് ഇങ്ങോട്ട് വരാൻ എന്തെങ്കിലും കാരണം...?'
' പ്രത്യേകിച്ചൊന്നുമില്ല.'
'ഒറ്റക്കാണോ വന്നത്....?'
'അല്ല കൂടെ എന്റെ വുഡ്ബിയുമുണ്ട്.'
'ശരി പേരന്റ്സ് ഒക്കെ.'

'ഞാൻ ഒരു അനാഥയാണ് സെൻറ് ഡൊമനിക് മഠത്തിൽ ആയിരുന്നു 20 വയസ്സ് വരെ അവിടത്തെ മദർ സുപ്പീരിയർ ആണ് എന്നെ വളർത്തിയത്. '

ഇത് ഡയാന പറഞ്ഞപ്പോൾ എനിക്ക് അവളോട് ഒരു സഹതാപം തോന്നി.

'നിങ്ങളുടെ ഹാൻഡ് ബാഗ് പുതിയതാണോ.'

എസ് പി ചെവികൂർപ്പിച്ചു

12. അവനോ അതോ അവളോ

'അതേ....'

'പഴയ ഹാൻഡ് ബാഗ് എവിടെ....'

'നഷ്ടപ്പെട്ടു....'

'എവിടെ.....?'

'ഓർമയില്ല...അതു നഷ്ടപ്പെട്ടിട്ട് കുറെയായി.....'

'എപ്പോഴാണ് മ്യൂസിയത്തിൽ വന്നത്.....?'

'ഉച്ചക്ക് 11.30 നും 11.45 നും ഇടക്ക്...'

'അന്ന് സന്ദർശകർ ഒരുപാടുണ്ടായിരുന്നു അല്ലേ.....?'

'ഇല്ല വളരെ കുറച്ച് ആളുകളേ ഉണ്ടായിരുന്നുള്ളൂ....അതു പോലെ ഉച്ച സമയവുമായിരുന്നു....'

'നിങ്ങൾ മിസ്സിസ് ക്ലാരയെ കണ്ടോ....?'

'അവർ കുറച്ചു സമയമേ അവിടെ ഉണ്ടായിരുന്നുള്ളു... ഒരു വലിയ സ്റ്റാച്യുവിനു പിറകിൽ അവർ നിൽക്കുന്നത് കണ്ടു....പിന്നെ അവരെ കണ്ടിട്ടില്ല....'

'നിങ്ങൾ എപ്പൊ തിരിച്ചു പോന്നു.....'

'ഒരു മണിക്കൂറിനുള്ളിൽ....

"പൊയ്ക്കോളൂ...അവശ്യമുണ്ടെങ്കിൽ വിളിക്കാം.....'

ആൽബിയോൺ

ചുവന്ന് സുന്ദരനായ ഒരുചെറുപ്പക്കാരനായിരുന്നു അയാൾ.....

'നിങ്ങളാണോ നതാലിയയുടെ വുഡ് ബി...?'

'അതേ....'

'പേര്.....?'

അൽബിയോൺ......

'മ്യൂസിയത്തിൽ വന്നത് ആരെയേലും കാണാനാണോ....?'

'അല്ല......അവളുടെ നിർബന്ധം കൊണ്ടാണ്.....എനിക്കിവിടെ വരാൻ ഒരു താത്പര്യവും ഇല്ലായിരുന്നു.....'

'ഇതിന്റെ നടത്തിപ്പുകാരി...ക്ലാരയെ നേരിട്ടറിയുമോ.....?'

'ഇല്ല പണ്ട് അവർ സൈന്യത്തിൽ സേവനമനുഷ്ഠിച്ച കാര്യങ്ങളൊക്കെ വായിച്ചറിഞ്ഞിട്ടുണ്ട്.....'

'ആരെങ്കിലും അവരുടെ മുറിയിലേക്ക് പോകുന്നത് നിങ്ങൾ കണ്ടിരുന്നോ.....?'

അങ്ങിനെ പ്രത്യേകിച്ച് ആരെയും കണ്ടതായി ഓർക്കുന്നില്ല.....'

'ശരി പൊയ്ക്കോളൂ.....'

കല്ലിസ്റ്റോ

കല്ലിസ്റ്റോ അല്ലെ

അതേ

'മുഴുവൻ പേര്.....?'

'എബ്രഹാം കല്ലിസ്റ്റോ....'

'നിങ്ങൾ എത്ര വർഷങ്ങളായി ഇവിടെ ജോലി നോക്കുന്നു.....?'

'മൂന്നു വർഷമായി.....'

'മരണം നടന്ന ദിവസം എന്തെങ്കിലും പ്രത്യേകത ഉള്ള ദിവസം ആയിരുന്നോ നിങ്ങൾക്ക് ഓർമിക്കാൻ പറ്റുന്ന എന്തെങ്കിലും പ്രത്യേകത.....?'

അങ്ങിനെ പ്രത്യേകതകളൊന്നും ഇല്ല മാഡം....ഒരു സാധാരണ ദിവസം....സന്ദർശകർ തീരെ കുറവായിരുന്നു....ഇവിടെ അത്ര പരിചയമുള്ളവർ മാത്രേ വരാറുള്ളൂ....അത്ര പ്രശസ്തി ഒന്നും ഈ മ്യൂസിയത്തിനില്ല....'

'മിസ്സിസ് ക്ലാരയുമായി......?'

വളരെക്കാലമായിട്ടറിയാം....കുറച്ചു കാലം ഞാൻ അവരുടെ ഡ്രൈവർ ആയിരുന്നു....നിർധനനായിരുന്ന എന്റെ വിദ്യാഭ്യാസം അവരായിരുന്നു നടത്തിയത്....'

'അപ്പൊ അവരുടെ പേഴ്സണൽ കാര്യങ്ങൾ ഒരുപാട് നിങ്ങൾക്കറിയാം...'

'കുറെയൊക്കെ....'

'പറയൂ.....'

'ആന്റി ചില ചില്ലറ വിഷമങ്ങളൊക്കെ ഉള്ള വ്യക്തിയാണ്.... അങ്കിൾ മരിച്ചതിൽ പിന്നെ ആകെ വിഷമത്തിലായിരുന്നു കുറേക്കാലം....പിന്നെ കുറച്ചു നാൾ വലിയ വിഷമമൊന്നും ഉണ്ടായിരുന്നില്ല....പക്ഷെ ഈ മ്യൂസിയം ആരംഭിച്ച കുറച്ചു നാൾ കഴിഞ്ഞപ്പോൾ മുതൽ എന്തൊക്കെ

യോ വിഷമങ്ങൾ ആന്റിക്ക് ഉണ്ടായിരുന്നു...അവർ ഒരു സൈക്യാർട്ടിസ്റ്റി നെ കാണാൻ പോയിരുന്നു...ഡോക്ടർ ഹാരി ഗിബ്സൻ...'

'ഡോക്ടർ ഹാരി ഗിബ്സണോ....'

'അതേ. അദ്ദേഹം പ്രശസ്തനായ വ്യക്തിയാണ്. ഞങ്ങളുമായി നല്ല അടുപ്പത്തിലായിരുന്നു. സംസ്കാരചടങ്ങുകളിലൊക്കെ പങ്കെടുത്തിരുന്നു.

'ഓകെ. അന്ന് വല്ല ഫോൺകോളുകളോ മറ്റോ ക്ലാരക്ക് വന്നിരുന്നോ?' എസ് പി ആണ് ചോദിച്ചത്.....

'ഇല്ല മാഡം ഉണ്ടെങ്കിൽ ഞാൻ അറിയാതെ ഇരിക്കില്ല.....'

'ആരെയെങ്കിലും മിസ്സിസ് ക്ലാരയുടെ കൂടെ സംശയാസ്പദമായി കണ്ടിരുന്നോ....?'

'ഇല്ല ആന്റി ആർട്ട് ഗാലറിയിൽ വെച്ച് ഒരു മധ്യവയസ്കനോട് സംസാരിക്കുന്നത് കണ്ടു....ഞാൻ ചില തിരക്കുകളിൽ ആയിരുന്നത് കൊണ്ടു അത്രയ്ക്ക് ശ്രദ്ധിച്ചില്ല.....'

'ശരി നിങ്ങൾ പൊയ്ക്കോളൂ.....'

മിസ് ഗ്ലോറിയ

പഴയ യക്ഷിക്കഥകളിലെ മന്ത്രവാദിനികളെ ഓർമിപ്പിക്കുന്ന ചുളിഞ്ഞ തൊലിയുള്ള ഇരുനിറക്കാരി ആയിരുന്നു അവർ.

'മിസ് ഗ്ലോറിയ അല്ലേ......?'

'അതേ....'

'നിങ്ങൾ മിസ്സിസ് ക്ലാരയുടെസുഹൃത്താണോ....?'

'യെസ്...ഞങ്ങൾ തമ്മിൽ വർഷങ്ങളുടെ അടുപ്പമുണ്ട്.....'

'നിങ്ങളുടെ ജോലി......?'

'ഞാൻ ഒരെഴുത്തുകാരിയാണ്......'

'അന്ന് അവരുമായി സംസാരിച്ചോ.....?'

'യെസ്...... അവർക്ക് എന്തോ വിഷമതകൾ ഉള്ളത് പോലെ എനിക്ക് തോന്നി. എന്തോ എന്നോട് പറയണമെന്ന് അവർക്കുണ്ടായിരുന്നു....'

'നിങ്ങൾ തിരക്കിൽ ആയിരുന്നോ? എപ്പോഴാണ് അവിടുന്നു പോയത്......?'

'ഞാൻ 12.50 ഓട് കൂടിയാണ് പോയത്.....'

'പോയപ്പോൾ അവരെ കണ്ടോ.....?'

'ഉവ്വ് പ്രതിമ യുടെ അടുത്തു നിൽക്കുന്നത് കണ്ടു.....'

'ഏതു പ്രതിമ......?'

'നേപ്പാളിൽ നിന്നു കിട്ടിയ ബുദ്ധന്റെ അർദ്ധകായ പ്രതിമക്കടുത്ത്.'

'മറ്റെന്തെങ്കിലും ആരുമായെങ്കിലും സംസാരിക്കുന്നതു കണ്ടോ....?'

ഒരു പയ്യനുമായി....അവൻ മരപ്പണിക്കാരൻ ആണെന്ന് തോന്നുന്നു....അവന്റെ കയ്യിൽ ഒരു ഉളിയുണ്ടായിരുന്നു....പിന്നെ ദീർഘകായനായ ഒരു വൃദ്ധനുമായി, അവരിരുവരുമായി സംസാരിക്കുന്നത് കണ്ടു.....'

'ശരി പൊയ്ക്കോളൂ......'

ഡയാനയുടെ നെറ്റിയിൽ ചുളിവുകൾ ജനിച്ചു.....

മാർട്ടിൻ

50 വയസ്സിനു മുകളിൽ പ്രായമുള്ള ഒരു എക്സ് മിലിറ്ററി ആയിരുന്നു മാർട്ടിൻ ഒരു പട്ടാളക്കാരന്റെ എടുപ്പും നടപ്പുമായിരുന്നു അയാൾക്ക് ഡയാന നൽകിയ കസേരയിൽ അയാൾ ഇരുന്നു.

'പേര്'

' മാർട്ടിൻ'

' എത്ര വർഷമായി ഇവിടെ.....?'

' രണ്ടരവർഷം'

' അന്നത്തെ ദിവസം......?'

' മകൾക്ക് സുഖമില്ലായിരുന്നതിനാൽ ഞാൻ താമസിച്ചാണ് ഡ്യൂട്ടിക്ക് വന്നത്... ഇതുവരെ ഡ്യൂട്ടി നോക്കിയത് ആന്റണിയും ലൂയിസും ആണ്.... മാത്രമല്ല അന്ന് തിരക്ക് വളരെ കുറവായിരുന്നു....'

'പ്രധാന വാതിൽ വഴി കടന്നു വന്നവരെ എല്ലാം നിങ്ങൾ കണ്ടില്ലേ.....?'

'ഞാനാണ് പ്രധാനവാതിൽ നോക്കുന്നത്.... കണ്ണ് വെട്ടിച്ച് ആരും അകത്തു കയറില്ല....'

'ശരി.... എപ്പോഴെങ്കിലും നിങ്ങൾ അവിടുന്നുമാറുക ഉണ്ടായോ...?'

'അങ്ങനെ മാറി നിൽക്കാൻ ഉള്ള കാര്യങ്ങൾ....ഓ.. സോറി ഒരു മണി കഴിഞ്ഞപ്പോൾ ആണെന്ന് തോന്നുന്നു. എനിക്ക് അർജന്റായി ഒരു ഫോൺ കോൾ വന്നിരുന്നു... ഞാൻ സംസാരിച്ച് അഞ്ചാറ് മിനിറ്റുകൾക്ക് ശേഷമാണ് തിരിച്ചുവന്നത്....'

ആ സമയത്ത് ആരെങ്കിലും അകത്തേക്ക് പുറത്തേക്ക് പോയോ....?'

'അതിന് സാധ്യതയില്ല.... ഞാൻ അതിന്റെ തൊട്ടപ്പുറത്ത് ഉണ്ടായിരുന്നു.'

‘ശരി പൊയ്ക്കോളൂ ആവശ്യമുണ്ടെങ്കിൽ വിളിക്കാം....’

ആൻറണി

ഒരു ചെറുപ്പക്കാരനായിരുന്നു ആന്റണി.... ബലിഷ്ഠകായൻ...അയാളുടെ കണ്ണുകൾ ചുവന്നു കലങ്ങിയിരുന്നു....

‘ആൻറണി അല്ലെ.....?’

‘അതേ.....’

‘മെയിൻ ഗേറ്റിലെ കാവൽക്കാരൻ....’

‘ അതെ’

‘അന്നത്തെ ദിവസം.....?’

‘ എനിക്ക് അസുഖമായിരുന്നു മേഡം... രണ്ടുദിവസമായി ഞാൻ ലീവിലും ആയിരുന്നു...അന്ന് മാർട്ടിൻ വരാൻ സാധിക്കില്ല എന്ന് പറഞ്ഞതുകൊണ്ടാണ് ഞാൻ അന്ന് വന്നതുതന്നെ.....’

ശരി മെയിൻ ഗേറ്റ് വഴി നിങ്ങളുടെ കണ്ണിൽപെടാതെ ആർക്കെങ്കിലും വരാൻ സാധിക്കുമോ..?’

‘ഇല്ല അതിന് സാധ്യത വളരെ കുറവാണ്....?’

‘എത്ര ഗേറ്റുകൾ ഉണ്ട്’

‘രണ്ടെണ്ണം’

‘അകത്തേക്ക് കടക്കാൻ വേറെ മാർഗ്ഗങ്ങളില്ലേ.....?’

‘ഉണ്ട് ബംഗ്ലാവിന്റെ ഇടത്തുവശത്ത് കൂടി മാഡം മാത്രമുപയോഗിക്കുന്ന ഒരു വഴിയുണ്ട്. അതുവഴി മ്യൂസിയത്തിലെ ബോൺസ് മെറ്റീരിയൽ സൂക്ഷിക്കുന്ന മുറിയിൽ എത്താം, അവിടെ സെക്യൂരിറ്റി ഒന്നുമില്ല. മേഡം മാത്രം ഉപയോഗിക്കുന്ന വഴിയാണ്. ആവശ്യം കഴിഞ്ഞാൽ അത് പൂട്ടി ഇടുകയാണ് പതിവ്.

‘താക്കോൽ ആരുടെ കയ്യിൽ ആണ്....?‘

‘മേഡത്തിന്റെ കയ്യിൽ തന്നെയാണ് അതിന് സ്പെയർ ഉണ്ടോ.....?‘

‘അറിയില്ല‘

ലൂയിസ്

ലൂയിസും ആരോഗ്യമുള്ള ചെറുപ്പക്കാരനായിരുന്നു. സെക്യൂരിറ്റിയുടെ യൂണിഫോം വളരെ നന്നായി ചേരുന്നുണ്ടായിരുന്നു...

‘ലൂയിസ്.....’

'അതേ.....'

'എത്ര വർഷമായി ഇവിടെ, നിങ്ങൾ രാവിലെ മുതൽ ഡ്യൂട്ടിയിൽ ഉണ്ടായിരുന്നോ....?'

'ഉവ്വ്.... മാർട്ടിൻ വരില്ല എന്ന് പറഞ്ഞതുകൊണ്ട് ഞാൻ നേരത്തെ ഡ്യൂട്ടിയിൽ ജോയിൻ ചെയ്തിരുന്നു.....'

'മ്യൂസിയത്തിൽ ഫോൺ ഉണ്ടോ......?'

'ഉണ്ട്. ഒരെണ്ണം.'

'മ്യൂസിയത്തിൽ നിന്നും ബംഗ്ലാവിലേക്കൊരു വഴി ഉണ്ടല്ലേ?'

അത്....മേഡത്തിന്റ സ്വകാര്യതയാണ്.... താക്കോൽ മേഡത്തിന്റെ കൈകളിലാണ്'

'ലൂയിസ്, ഉച്ചക്ക് ഒരു മണിയോടടുപ്പിച്ച് നിങ്ങൾ ഡ്യൂട്ടിയിൽ ഉണ്ടായിരുന്നോ....?'

'ഇല്ല. ഞാൻ ഭക്ഷണം കഴിക്കാൻ പോയതായിരുന്നു.....'

ആ സമയത്ത്.....ആരേലും പുറത്തേക്ക് പോകുന്നത് കണ്ടോ....?'

'ഗാർഡനു പുറത്തെ ഇല്ലിക്കൂട്ടത്തിനിടയിലൂടെ ഒരാൾ പോകുന്നത് കണ്ടു....'

'അത് പുരുഷനോ സ്ത്രീയോ....?'

' ശരിക്കു ശ്രദ്ധിച്ചില്ല.....'

'സമയം കൃത്യമല്ലേ....'

'അതേ മാഡം....1.5 നോടടുപ്പിച്ച്.'

ഉറപ്പാണ് ഒന്നു കഴിഞ്ഞാണ്.....ഞാൻ ക്യാന്റീനിലേക്ക് പോയത്...'

'ശരി പൊയ്ക്കൊള്ളു.....'

സെബാസ്റ്റ്യാനോ

സോഡാകുപ്പി കണ്ണട വെച്ച മെലിഞ്ഞു എല്ലും തെളിഞ്ഞ ഒരു വൃദ്ധനായിരുന്നു... സെബാസ്റ്റ്യാനോ അയാളുടെ ശരീരം നന്നായി വിറ കൊള്ളുന്നുണ്ടായിരുന്നു.

'മിസ്റ്റർ സെബാസ്റ്റ്യാനോ.....'

'യസ്

'എന്താണ് ജോലി......?'

'ഫിലോസഫർ ആണ് ഒരു കൗൺസിലിംഗ് സെൻറർ നടത്തുന്നു പിന്നെ തത്വചിന്താ വിഷയങ്ങളിൽ പുസ്തകങ്ങൾ എഴുതിയിട്ടുണ്ട്...'

'എപ്പോഴാണ് ഇവിടെ വന്നത് .....?'

'ഞാൻ 12 മണിയായി കാണും.....'
'മിക്കവാറും വരാറുണ്ടോ.....?'
'ഇടക്കിടക്ക്......'
'ക്ളാരയെ അറിയാമോ.....?'
'അറിയാം എന്റെ ഭാര്യയുടെ കൂട്ടുകാരി ആണ്...
'നിങ്ങളുടെ ഭാര്യ'
' മരിച്ചുപോയി '
'എത്ര നാളായി....?'
'രണ്ടുവർഷത്തോളമായി'
'എന്തായിരുന്നു പേര്....'
'മേരി'
' നിങ്ങൾ...തമ്മിൽ അവസാനം സംസാരിച്ചോ....?'
'കുറച്ച് സമയം....'
'എപ്പോഴാണ് നിങ്ങൾ പോയത്....?'
'ഞാൻ ഒന്നേകാൽ ആണെന്നാണ് ഓർമ്മ....'
'ശരി പൊയ്ക്കോളൂ.....'

മാർഗരറ്റ്
അതിസുന്ദരിയായിരുന്നു മാർഗരററ്
നീണ്ട കണ്ണുകളും വിടർന്ന മുഖവും അവരുടെ പ്രത്യേകതകളായിരുന്നു...'
'മാർഗരറ്റല്ലേ... എന്താ നിങ്ങടെ ജോലി...'
ഞാൻ നാടക നടിയാണ് ഇംഗ്ലീഷ് ഡ്രാമകളിലാണ് ഞാൻ പ്രധാനമായി അഭിനയിക്കുന്നത്...'
'എത്ര മണിക്കാണ് നിങ്ങൾ ഇവിടെ എത്തിയത്....?'
'ഏകദേശം 11.50 കഴിഞ്ഞ്.
'ഇല്ലിയ്ക്കാടിന്റെ ഭാഗത്ത് കൂടി ആണോ പുറത്തേക്ക് പോയത്..? ഇടതുവശത്തുകൂടി.....'
'അല്ല.....'
'ഓക്കെ പൊയ്ക്കോളൂ....'

ചാൾസ്
ചാൾസുമായുള്ള സംസാരം അധികം നീണ്ടില്ല. അയാൾഅന്ന് മാ

ത്രം വന്ന ഒരു സാധാരണ മരപ്പണിക്കാരൻ.... അയാൾ കോണിപ്പടി ന ന്നാക്കാനാണ്.. വന്നത്..പണി കഴിഞ്ഞു 10 മിനിറ്റിനകം പോവുകയും ചെയ്തു.

ഇഗ്നേഷ്യസ്

ഒരു കർക്കശക്കാരനായ, ആരെയും വക വെക്കുന്നവനായിരുന്നില്ല അയാൾ എന്ന് മുഖത്ത് എഴുതി വച്ചിട്ടുണ്ടായിരുന്നു

'നിങ്ങൾക്ക് ക്ളാരയെ പരിചയമുണ്ടോ....?'

'യെസ് ഞങ്ങൾ സുഹൃത്തുക്കളാണ്....'

' നിങ്ങൾ പട്ടാളത്തിലായിരുന്നു....അല്ലേ....?'

'അതേ.... 30 വർഷക്കാലം....'

'നിങ്ങൾ ക്ളാരയുമായി സംസാരിച്ചു എന്ന് മിസ്സ് ഗ്ളോറിയ പറഞ്ഞു... എന്താണ് സംസാരിച്ചത്.....?'

എന്റെ കൈ വശമുള്ള ചില പുരാവസ്തുക്കൾ മ്യൂസിയത്തിലേക്ക് കൊടുക്കുന്നതിനെ കുറിച്ച് സംസാരിക്കുകയായിരുന്നു...

'ഓക്കേ എപ്പോൾ നിങ്ങൾ തിരിച്ചു പോയി....?'

'12.25ന് ആണെന്നാണ് ഓർമ്മ....'

'ശരി പൊയ്ക്കോളൂ.....'

'ഫസ്റ്റ് റൗണ്ട് ചോദ്യങ്ങൾപൂർത്തിയായി..... ചില കാര്യങ്ങൾ എനിക്ക് അങ്കിളിനോട് ചോദിക്കാനുണ്ട്. നമുക്ക് വൈകുന്നേരം ക്ലബ്ബിൽ വച്ച് കാണാം...ഡയാന ഇറങ്ങി കൂടെ ഞാനും.....

13. വിവരങ്ങൾ ക്രമപ്പെടുന്നു

ഞങ്ങൾ ചെന്നപ്പോൾ മേരി നേരിപ്പൊടിലേക്ക് വിറകടുക്കുകയായി രുന്നു.... ചെന്ന ഉടനെ ഒരു കാപ്പിക്ക് ഓർഡർ നൽകിയിട്ട് ഡയാന ചാരു കസേരയിലേക്ക് കിടന്നു.....

ഒരു നൂറു നൂറു സംശയങ്ങൾ എന്നെ വേട്ടയാടിക്കൊണ്ടിരുന്നു. വീ ട്ടിലേക്കുള്ള യാത്രയിൽ ഡയാന ഒന്നും സംസാരിച്ചില്ല വളരെ അലസ തയോടെ ഇരിക്കുന്നത് കണ്ട് എനിക്ക് ദേഷ്യം വന്നു. ഒരു കസേര മു മ്പിലേക്ക് വലിച്ചിട്ട് ഞാനിരുന്നു.....

'എന്തെങ്കിലും ക്ലൂ... കിട്ടിയോ.....?'

'ലൂയി പതിനാറാമന് എതിരെ ഫ്രഞ്ച് ജനത വിപ്ലവം ആരംഭിച്ചത് എന്തിനുവേണ്ടിയായിരുന്നു.... ഒരാൾക്ക് രണ്ടുപേര് ഉണ്ടാകാൻ നമ്മൾ എന്ത് ചെയ്യണം....'

നീ.... എന്തൊക്കെയാ ഈ പറയുന്നത്...?'

'ഒന്നുമില്ല നിയ, ചില ചെറിയ സംഭവങ്ങൾ അത്ര മാത്രം.... ഞാൻ എന്തൊക്കെയോ ചിന്തിക്കുകയായിരുന്നു തലച്ചോറിലാകെ ചിലന്തിവ ല... അത്രയേ ഉള്ളൂ....'

അങ്കിളിന്റെ കേസിലെ പോലെ ചില സമയ കണക്കുകൾ ഞാൻ മ നസ്സിൽ സങ്കൽപ്പിച്ചു നോക്കി.... പക്ഷേ ആ സമയ കണക്കുമായി ഒരു വിധം പേരൊന്നും ഒത്തുചേരുന്നില്ല.

വൈകുന്നേരം അഞ്ചു മണിയായപ്പോൾ എസ്.പി സാറിന്റെ ഫോൺ കോൾ വന്നു.. അഞ്ചുമണി കഴിഞ്ഞപ്പോഴേക്കും ഞങ്ങൾ പോലീസ് ക്ല ബിൽ എത്തി... എസ്പി സാർ ഞങ്ങളെ കാത്തിരിക്കുകയായിരുന്നു.ഡ യാന അദ്ദേഹത്തിനു മുൻപിൽ ഇരുന്നു....ഞാനും.

'അങ്കിൾ പോസ്റ്റുമോർട്ടം റിപ്പോർട്ട്....?'

'കിട്ടി...പെട്ടെന്ന് തന്നെ അത് റെഡിയായി, മരണം നടന്നിട്ട് ഇന്ന് ര ണ്ടുദിവസം ആകുന്നതേയുള്ളൂ....'

അദ്ദേഹം പറഞ്ഞു....

'അതിൽ.....?'

കഴുത്തിനു ചുറ്റും ഒരു പാട് കാണപ്പെടുന്നുണ്ട്.... പക്ഷേ അത് മര

ണകാരണമല്ല എന്നാണ് റിപ്പോർട്ട്.... 'അതിനർത്ഥം.....?'

'ഈ മരണവും സയനൈഡ് ഉള്ളിൽചെന്ന് കൊണ്ട് തന്നെ. മരണം ഉറപ്പിക്കാനോ അന്വേഷകനെ പ്രഥമദൃഷ്ട്യാ തെറ്റിദ്ധരിപ്പിക്കാനോ എന്തോ വെച്ച് കഴുത്തിൽ മുറുക്കിയതാവാം .... കയറാവാം... വള്ളിയാവാം.... എന്തുമാവാം.'

'വസ്തുക്കൾ പരിശോധനയ്ക്കയച്ചോ....?'

'യെസ്സ് പിന്നെ കഴുത്തിലെ പാട് ഷൂലേസോ ഹാൻഡ്ബാഗോ മൂലം ഉണ്ടായതാണ്....'

അവൾ ആകെ കൺഫ്യൂഷനിലാണ് എന്ന് എനിക്ക് മനസ്സിലായി.....

'ശരി അങ്കിൾ ഞങ്ങൾ പോകുന്നു.....'

നെരിപ്പോടിനരികിൽ ചിന്തയിൽ മുഴുകിയിരുന്ന ഡയാന തന്റെ കയ്യിലുള്ള പുസ്തകം വെറുതെ മറിച്ചുനോക്കി കൊണ്ടിരുന്നു ....ഞാനും മേരിയും ചില അത്യാവശ്യ പണികളിലായിരുന്നു..... അങ്കിളിന്റെ കല്ലറ വെഞ്ചിരിപ്പിന് പോയിട്ട് വന്നതായിരുന്നു ഞങ്ങൾ....ഈർപ്പമുള്ള കാലാവസ്ഥ എന്നിലെ അലസത വല്ലാതെ വർദ്ധിപ്പിക്കുന്നു.... മുമ്പ് അനാഥാലയത്തിന്റെ ചുവരുകൾക്കുള്ളിൽ കഴിച്ചു കൂട്ടിയ കുട്ടിക്കാലത്ത് ഇങ്ങനെ ഇരിക്കുമ്പോൾ മദർ വഴക്ക് പറയാറുണ്ടായിരുന്നു അത് ഇഷ്ടപ്പെട്ട പുസ്തകങ്ങളെ സ്നേഹിക്കാൻ മദർ പഠിപ്പിച്ചു.... മേരി ഒരു നല്ല സുഹൃത്ത് ആണ്....പ്രായത്തിന്റെ അസ്കിതകൾ ഉണ്ടെങ്കിലും ലോക പരിചയത്തിൽ അവർ മുൻപന്തിയിലാണ്... അവർ ചില സമയങ്ങളിൽ വളരെയധികം സംസാരിക്കുന്ന കൂട്ടത്തിലാണ്....

ഡയാനയുടെ ചെറുപ്പകാലത്ത് കുടുംബം നിറയെ ആളുകൾ ഉണ്ടായിരുന്നു എന്നും അക്കാലത്ത് സംഭവിച്ച രസകരമായ സന്ദർഭങ്ങളെ കുറിച്ചും അവർ ജോലിക്കിടയിൽ വാതോരാതെ സംസാരിക്കുന്നത് ഞാൻ കൗതുകത്തോടെ കേട്ടിരിക്കും.... ഒരുതരത്തിൽ പറഞ്ഞാൽ ഞാനും അവളും വിധിയുടെ ബലിമൃഗങ്ങൾ ആണ്, അനാഥരാണ് ...ഒരു തരത്തിൽ അല്ലെങ്കിൽ മറ്റൊരു തരത്തിൽ..ചിന്തകൾ വല്ലാണ്ട് കാടുകയറുന്നു എന്ന് തോന്നിയപ്പോൾ ഞാൻ ഡയാനയുടെ അടുത്തേക്ക് മടങ്ങിച്ചെന്നു....അവൾ എന്തോ ആലോചനയിലായിരുന്നു... തന്റെ കണ്ണാടി നേരെ വെച്ച് അവൾ എന്നെ സൂക്ഷിച്ചു നോക്കി, എന്നിട്ട് പറഞ്ഞു.... 'ഞാൻ കാര്യങ്ങൾ ആദ്യംമുതൽ പഠിച്ചുവരികയാണ്.....നിയ മൂന്ന് പ്രധാന സംഭവങ്ങൾ അടുത്തടുത്തായി ഇവിടെ നടന്നു.

1..വിക്ടർ ഗോമസ്സിന്റെ മരണം

2. അലൻ ലിയണർഡിന്റെ നേരെയുള്ള വധശ്രമം

3. ക്ലാര ഫെർണാണ്ടസിന്റെ മരണം

'അതെ അതിന്.....?'
'മൂന്നുപേരും പ്രശസ്തർ അല്ലേ....?'
'തങ്ങളുടെ മേഖലകളിൽ......'

'അതെ..... രണ്ടു കൊലപാതകങ്ങളിലും ഒരു കൊലപാതക ശ്രമത്തിനും എന്തെങ്കിലും സാധ്യതകൾ നിനക്ക് ചൂണ്ടിക്കാണിക്കാൻ ഉണ്ടോ.....കണ്ണാടി താഴ്ത്തി വെച്ച് അവൾ ചോദിച്ചു.....

'ഉണ്ട് സയനൈഡിന്റെ സാന്നിധ്യം....'

യെസ്......സയനൈഡ്.....'

അതിനെന്താ......

'പറയാം എല്ലാം ഞാൻ വഴിയേ പറയാം....'

അവൾ വായടച്ചു....

നേരം വെളുത്ത് ഒരു കാപ്പിയും നുണഞ്ഞു മട്ടുപ്പാവിൽ നിൽക്കുമ്പോഴാണ് ഒരു കാർ വീടിന്റെ മുറ്റത്തെത്തി നിന്നത്.....എസ്. പിസാറും ആരോഗ്യ ദൃഢഗാത്രനായഒരു മധ്യവയസ്കനുമായിരുന്നു കാറിൽ നിന്നിറങ്ങിയത്....ഞാൻ താഴേക്ക് ചെന്നപ്പോൾ മേരി വാതിൽ തുറന്നു കൊടുത്തിരുന്നു.

അവർ അകത്തേക്ക് കടന്നു....

'അങ്കിൾ.... ഇരിക്കൂ....'

മേരിയെ ചായ കൊണ്ട് വരാൻ അയച്ച ശേഷം ഡയാന എസ്.പിയോട്പറഞ്ഞു....

ഇതു സൈക്യാട്രിസ്റ്റ്, ഹാരി ഇബ്സൻ. എസ് പി അടുത്തിരുന്ന മധ്യവയസ്കനെ ഞങ്ങൾക്ക് പരിചയപ്പെടുത്തി.....

വളരെ ആഢ്യനായിരുന്നു ഹാരി ഇബ്സൺ.... ചെറിയ താടിയും അങ്ങിങ്ങ് വെളുത്ത വരകളും സ്വർണനിറമുള്ള കണ്ണടയും അയാൾക്കുണ്ടായിരുന്നു... സുന്ദരമായ മുഖത്ത് രാജകല തെളിഞ്ഞു കാണാമായിരുന്നു....'

ഞാൻ എസ് പി സാറിന്റെ ഒരു സുഹൃത്താണ് അതിലുപരി ഒരു മനോരോഗ വിദഗ്ധൻ കൂടിയാണ്... അദ്ദേഹത്തിനെ ഞാൻ പല കേസുകളിൽ സഹായിച്ചിട്ടുണ്ട്.... ഇൻ ദ കേസ് ഓഫ് ഫോറൻസിക് സ്റ്റഡി ആൻഡ് സൈക്കോളജി....'

ഹാരി പറഞ്ഞു.

'ഓാകെ....ഡോക്ടർ ഞാൻ ചില കാര്യങ്ങൾ സംസാരിച്ചിരുന്നു...എബൗട്ട് വൺ അഞ്ജലീന ജോൺസ്....'

ഡയാന പറഞ്ഞു.....

അവർ കുറച്ച് മുമ്പ് എന്നെ കാണാൻ വന്നിരുന്നു... അവർ പട്ടാളത്തിൽ നേഴ്സ് ആയിരുന്നു അല്ലെ.... അവർക്കൊരു യുദ്ധസമയത്ത് സ്ഫോടനം നേരിൽകണ്ട് ഒരു ഷോക്ക് ഉണ്ടായതാണ്.... ന്യൂറോ ഡിസീസ് ആണ്, എന്തെങ്കിലും ബ്രെയിൻ ഇഞ്ചുറി അതുപോലെതന്നെ കാർബൺ മോണോക്സൈഡ് പോയിസണിങ് എന്നിവയൊക്കെ കൊണ്ട് ഇത് സംഭവിക്കാം ഞങ്ങൾ ഇത് കണ്ടുപിടിക്കുന്നത് ചില മനശാസ്ത്രപരമായ ടെസ്റ്റുകൾ നടത്തിയാണ്...'

'എങ്ങനെ ആണ് നമുക്കത് മനസ്സിലാവുക.....?'

ചില സ്വഭാവവിശേഷങ്ങൾ നമുക്ക് മനസ്സിലാക്കാൻ സാധിക്കും, അവരുടെ സ്വഭാവത്തിൽ ഉണ്ടാകുന്ന ചെറിയ വ്യത്യാസം ടെസ്റ്റുകൾ കൊണ്ട് ഞങ്ങൾക്ക് മനസ്സിലാക്കാൻ സാധിക്കും, മിസ്സിസ് ജോൺസിന് അങ്ങനെ ചില സ്വഭാവ സവിശേഷതകൾ ഉണ്ടായിരുന്നു. അവർ പറയുന്നത് സത്യമാണെന്ന് അവർക്ക് തോന്നും. അവളുടെ രോഗത്തിന് പ്രത്യേകതകളാണ് അവയെല്ലാം....'

'അവരുടെ രോഗാവസ്ഥ എങ്ങനെയാണ്...?'

'ചിലപ്പോൾ വളരെ മൂർച്ഛിക്കും, മിക്ക സമയവും സാധാരണ വ്യക്തികളെ പോലെ പെരുമാറുകയാണ് ഈ രോഗത്തിന്റെ അവസ്ഥ എന്ന് പറയുന്നത്, മേരി അപ്പോഴേക്കും ചായയുമായി വന്നിരുന്നു.....

'മിസ്സിസ് ക്ലാരയുടെ......?'

അതൊരു പെക്യൂലിയർ കേസാണ്....ഭർത്താവിന്റെ മരണമാണ് അവരിൽ രോഗാവസ്ഥ സൃഷ്ടിച്ചത്... മരണത്തെ ഭയപ്പെടുന്ന വിഷാദരോഗം അവർക്കുണ്ടായിരുന്നു... ആത്മഹത്യ ടെന്റൻസിയും ഇങ്ങനെയുള്ള രോഗികൾക്ക് ഉണ്ടാവാം....'

'താങ്കൾ പറയുന്നത് ക്ലാരക്ക് ഷ്രിസോഫീനിയ എന്ന രോഗം ആണെന്നാണോ?'

'അതിന്റെ വകഭേദമാണെന്ന് പറയാം...16 മുതൽ 30 വയസ്സിനിടയ്ക്ക് ഉള്ളവരെയാണ് സാധാരണയായി ബാധിക്കുക.... പാരമ്പര്യവും...ചില ജനിതക രോഗങ്ങളും ചില രാസപരിണാമങ്ങളും ഇതിന് കാരണമാവാം.... പക്ഷെ ശരിയായ കാരണം ഇതു വരെ വെളിപ്പെട്ടിട്ടില്ല.....'

ഹാരി ഇബ്സൺ പറഞ്ഞു.....

‘കുറേ കാര്യങ്ങൾ എനിക്കറിയാം അതായത് പ്രാരംഭദശയിൽ എല്ലാ രോഗലക്ഷണങ്ങളും വ്യക്തമായി എന്തെങ്കിലും ചെയ്യാനും സാധാരണ ജീവിതം നയിക്കാനും കഴിയും എന്ന് ഞാൻ മനസ്സിലാക്കിയിട്ടുണ്ട്.... വികലമായ ചിന്തകളും മാനസിക വിഭ്രാന്തികളും ഉണ്ടായിരിക്കും.... പക്ഷേ രോഗം ബാധിച്ചവരിൽ 40% പേർ സാധാരണ മരിക്കാറാണ് പതിവ്....

‘യസ് ഡയാന.... നിങ്ങൾ പറഞ്ഞത് വളരെ ശരിയാണ്, ആത്മഹത്യാ പ്രവണത ഒരു പരിധിവരെ മിസ്സിസ് ക്ളാരക്കുണ്ടായിരുന്നു അവർ മരണം നടന്നതിന് കുറച്ചുദിവസം മുമ്പ് എന്നെ വന്ന് കണ്ടിരുന്നു.... ഞാൻ ആശ്വസിപ്പിച്ചു വിട്ടതും ആണ്....’

‘അപ്പോൾ അവർ താങ്കളുടെ റെഗുലർ പേഷ്യന്റ് ആയിരുന്നോ.....?’

‘ഒരിക്കലുമല്ല.....’

‘അപ്പോൾ അവർ ആത്മഹത്യ ചെയ്തു എന്നാണോ മിസ്റ്റർ ഹാരി പറയുന്നത്....’

എസ്. പി ആണ് ചോദിച്ചത്.....

‘എന്ന് ഞാൻ പറഞ്ഞില്ല.... അവർക്ക് മനോരോഗമുണ്ട് അത്രമാത്രം....‘

ഹാരി ഇബ്സൺ പറഞ്ഞു.....

‘കഴുത്തു മുറുക്കി മരണം ഉറപ്പാക്കിയിട്ടാണ് കൊലപാതകി രംഗം വിട്ടത്..... അതിനുമുമ്പ് സയനൈഡ് ബലമായി കുടിപ്പിച്ചു.... എന്ന് ക്ലാരയുടെ ഇരുകവിളുകളിലും ബലമായി വാ തുറപ്പിച്ച അടയാളങ്ങൾ കാണാനുണ്ട്.. അവരെ കുറിച്ച് കൂടുതൽ കാര്യങ്ങൾ അറിയാൻ ആണ് ഞാൻ ഹാരിയെ...ബുദ്ധിമുട്ടിച്ചത്....’ എസ്പി പറഞ്ഞു.

യസ്. പോസ്റ്റ്മോർട്ടം റിപ്പോർട്ടിൽ താങ്കൾ പറഞ്ഞതുപോലെ ഫോറൻസിക് സയൻസിൽ തൂങ്ങിമരണമോ കഴുത്തുമുറുകി ഉള്ള മരണമോ ആണെങ്കിൽ കഴുത്തിനുചുറ്റും മരണത്തിനുമുമ്പും ശേഷവും സംഭവിക്കുന്ന അടയാളങ്ങൾ വ്യത്യാസപ്പെട്ടിരിക്കും. മരണശേഷം കെട്ടിതൂക്കിയാൽ കഴുത്തിൽ അടയാളമുണ്ടാകും പക്ഷെ ജൈവലക്ഷണങ്ങൾ കാണപ്പെടില്ല....’

‘അങ്കിൾ ഞാനൊരു കാര്യം ചോദിക്കണമെന്ന് വിചാരിച്ചിരുന്നു. മിസ്സിസ് ക്ളാരയുടെ കയ്യിൽ കാഡാവെറിക് സ്പാം എന്തെങ്കിലും ഉണ്ടായിരുന്നോ.....?’

‘എന്താണ് .... അത് ...’

’എനിക്ക് മനസ്സിലായില്ല.....’

‘മരിക്കുന്നതിന് തൊട്ടുമുമ്പുള്ള പ്രവർത്തിയാണ് അത്.....ശ്വാസം മു

ട്ടുമ്പോ മരണവെപ്രാളത്തിൽ കയ്യെത്തുന്ന എന്തെങ്കിലും മരിക്കുന്നയാൾ പിടിക്കും, അതിനെയാണ് അങ്ങിനെ വിളിക്കുന്നത്....'

അങ്ങനെ ശാസ്ത്രീയ വിശദീകരണങ്ങൾക്ക് ശേഷം എസ് പിയും ഇബ്സനും യാത്രയായി.....

14. ആ പകൽ

ഡയാന പിറ്റേന്ന് എസ് പി സാറിനെ വിളിച്ചു മ്യൂസിയത്തിൽ വരെ പോകണം എന്ന് അറിയിച്ചു... ഉച്ചയ്ക്ക് രണ്ടു മണിയോടെ ഞങ്ങൾ മൂവരും അവിടെ എത്തി... കല്ലിസ്റ്റോയും മാർട്ടിനും ലൂയിസും ആൻറണിയും അവിടെ ഉണ്ടായിരുന്നു...

മെയിൻ ഗേറ്റ് തുറന്ന് ഞങ്ങൾ മ്യൂസിയത്തിന്റെ പ്രധാന വാതിൽക്കലെത്തി... വിലകൂടിയ തടികൊണ്ടാണ് അനേകം ചിത്രപ്പണികളുള്ള ആ വാതിൽ നിർമിച്ചിരിക്കുന്നത്.... വാതിൽ തുറന്നു ഞങ്ങൾ അകത്തു കയറി അത് സാമാന്യം വലിയൊരു മുറിയായിരുന്നു... അവിടെ വിശുദ്ധരുടെ ബറിയൽ സൈറ്റുകൾ, ചിത്രങ്ങൾ, പേര് ആലേഖനം ചെയ്തിട്ടുള്ള വലിയ കല്ലുകൾ... എന്നിവ വെച്ചിരുന്നു.... അവിടുന്ന് വലിയ രണ്ടു മുറികളിലേക്ക് ആ വാതിൽ തുറക്കുന്നു...

ഒരു മുറിയിൽ താളിയോലഗ്രന്ഥങ്ങളും പുരാതനമായ ലിപികളും ഭാഷകളും അടങ്ങിയ കൈയെഴുത്തുപ്രതികളും.. മറ്റേ മുറിയിൽ പഴയ പള്ളികളുടെ ചിത്രങ്ങൾ, ശിലാശാസനങ്ങൾ എന്നിവയൊക്കെ ഭംഗിയായി അടുക്കി വെച്ചിരുന്നു... അവിടുന്ന് ഒരു വാതിൽ ബോൺസ് മെറ്റീരിയൽസ് റൂമിലേക്ക് തുറക്കുന്നു... പല നൂറ്റാണ്ടുകളിലെ മനുഷ്യരുടെയും മൃഗങ്ങളുടെയും എല്ലുകളും പല്ലുകളും അസ്ഥികൂടങ്ങളും വച്ചിരിക്കുന്ന ഒരു വലിയ മുറി....

അവിടുന്ന് ഒരു വാതിൽ പുറത്തേക്ക് തുറക്കുന്നു.... ഒരു ഇടുങ്ങിയ വഴി, അത് ക്ലാരയുടെ ബംഗ്ലാവിന്റെ ഇടതുഭാഗത്തെ ഡ്രോയിംഗ് റൂമിലേക്ക് തുറക്കുന്നു, ഇടനാഴി ഭിത്തികെട്ടി മറച്ചിരിക്കുന്നതിനാൽ പുറത്തു നിൽക്കുന്നവർക്ക് കാണുവാൻ സാധിക്കുകയില്ല എന്ന് ഞാൻ മനസ്സിലാക്കി....ബോൺസ് മെറ്റീരിയൽസ് വച്ചിരിക്കുന്ന റൂമിന് തൊട്ടു വലത്തുമാറി പഴയ സാഹിത്യകാരന്മാരുടെ ബിലോംഗിംസ് സൂക്ഷിച്ചിരിക്കുന്നു... അവിടേക്കുള്ള മുഴുവൻ വൈദ്യുതി കണക്ഷനും സ്വിച്ചും ആ മുറിയിൽ തന്നെയാണ്...

എസ് പി സാറും ഞാനും വളരെ വിശദമായി മൂന്നാം മുറികൾ നോക്കിക്കണ്ടു അവൾ മുറികളും വാതിലുകളും എന്നുവേണ്ട ഓരോ

മൂലകളും വരെ വളരെ കൃത്യമായി ശ്രദ്ധിക്കുന്നുണ്ടായിരുന്നു. അത് മാത്രമല്ല കാര്യങ്ങൾ വളരെ ശ്രദ്ധിച്ച് ആയിരുന്നു അവളുടെ നീക്കങ്ങൾ.... പരിശോധനയ്ക്കുശേഷം ഞാനും എസ്.പി സാറും പുറത്തേക്കിറങ്ങി. കുറച്ചുസമയം കഴിഞ്ഞാണ് അവൾ പുറത്തേക്ക് വന്നത്. അത് കഴിഞ്ഞ് കല്ലിസ്റ്റോ, മാർട്ടിൻ, ലൂയിസ് എന്നിവരുമായി അവൾ രഹസ്യമായി സംസാരിച്ചു... തിരിച്ചുവന്ന അവളുടെ മുഖത്ത് ഒരു മന്ദഹാസം ഉണ്ടായിരുന്നു. ക്ളാര മരിച്ചു കിടന്ന റൂമിൽ നിന്നു ബുക്കുകൾ, രണ്ടുമൂന്ന് പേനകൾ എന്നിവ അവൾ എടുത്തിരുന്നു... വീട്ടിൽ വന്നപ്പോൾ നേരം വല്ലാതെ താമസിച്ചു... മേരി അവിടെ വല്ലാത്ത ഒരവസ്ഥയിൽ ഇരിക്കുന്നത് ഞാൻ കണ്ടു... സ്വീകരണമുറിയിലെ വസ്തുക്കൾ തലങ്ങും വിലങ്ങും ചിതറിക്കിടക്കുന്ന കൊണ്ട് ഞങ്ങൾ അമ്പരന്നു...

'എന്താ മേമീ....എന്തുപറ്റി.....?'

'ഇവിടെ ആരോ കേറി മോളെ. നിങ്ങൾ എസ്. പി സാറിന്റെ ഒപ്പം പോയി കഴിഞ്ഞ് ഞാൻ പച്ചക്കറികളും മറ്റും വാങ്ങാൻ മാർക്കറ്റിൽ പോയി... അതുകഴിഞ്ഞ് പള്ളിയിലും. തിരിച്ചു വന്നുപ്പോൾ വാതിൽ തുറന്നു കിടക്കുന്നു... ഞാൻ തിരികെ വന്നപ്പോൾ, പൂട്ട് പൊളിച്ചിട്ടുമില്ല.... മുൻവാതിലും പിൻവാതിലും ഞാൻ നന്നായി അടച്ചുപൂട്ടിയിരുന്നു.... മേരി ഉദ്വേഗത്തോടെ പറഞ്ഞുനിർത്തി... ഡയാനയുടെ കണ്ണുകൾ താക്കോൽ സൂക്ഷിക്കുന്ന റാക്കിലേക്ക് പോയി... ഒരു താക്കോൽ അവിടെ ഭദ്രമായി ഉണ്ടായിരുന്നു. ഒരെണ്ണം മേരിയുടെ കൈയിൽ.... താക്കോൽ ഒന്നും നഷ്ടപ്പെട്ടിട്ടില്ല.... ഞാൻ പറഞ്ഞു.

ഡയാന ഒന്നു മൂളി..... എന്നിട്ട് വീടാകെ പരിശോധിച്ച് അവൾ നടന്നു....ആ സമയത്തൊക്കെ അവൾ എന്തൊക്കെയോ പിറുപിറുക്കുന്നുണ്ടായിരുന്നു ...ഞാനും മേരിയും കൂടി നിരന്നു കിടന്ന എല്ലാം നന്നായി അടുക്കിവെച്ചു. ഞങ്ങൾ അലമാരകളും മറ്റും പരിശോധിച്ചു. പ്രഥമദൃഷ്ട്യാ എന്തൊക്കെ നഷ്ടപ്പെട്ടു എന്ന് മനസ്സിലാക്കാൻ കഴിഞ്ഞില്ല....'

'മേമേ എനിക്ക് ഒരു കപ്പ് കാപ്പി വേണം കടുപ്പം കൂട്ടി.....അത് പറഞ്ഞിട്ട് ഡയാന നെരിപ്പൊടിനരികിൽ കൂനികൂടിയിരുന്നു,

'ഡയാന നീ എന്തെങ്കിലും നിഗമനത്തിലെത്തിയോ....മ്യൂസിയം പരിശോധന നടത്തിയിട്ട് എന്തെങ്കിലും തെളിവ് കിട്ടിയോ.....?

പതിവുള്ള ഉത്തരത്തിന് പകരം ഇത്തവണ അവൾ പറഞ്ഞത് മറ്റൊരു ഉത്തരമാണ്....

'ഉവ്വ് നിയ..... ഒരു വ്യക്തമായ സത്യം....'

'എന്ത്.....?'

'നിന്നോട് ഞാൻ കഴിഞ്ഞ ദിവസം ഈ മരണങ്ങൾ തമ്മിലുള്ള സാദൃശ്യം എന്താണെന്ന് ചോദിച്ചില്ലേ....?'

'ഉവ്വ് സയനൈഡ് വിഷം ആണെന്ന് ഞാൻ പറയുകയും ചെയ്തു.....'

'യസ് സയനൈഡ്.... അതു പിന്നീട് ഒന്നാമത്തെ സാമ്യം....ഇനിയും ഒരുപാട് ഉണ്ട്.... ഒരുപാട് സാമ്യങ്ങൾ....'

'എനിക്ക് മനസ്സിലായില്ല....'

പറയാം മൂന്ന്കാര്യങ്ങൾ ഇഴ പിരിച്ചു മനസ്സിലാക്കൂ.....

1. അങ്കിൾ അതായത് ഗോമസ് കൊല്ലപ്പെട്ടത് ഡിസംബർ 27 അല്ലെ....

' അതെ.....'

അലൻ ലിയനാർഡ് ആക്രമിക്കപ്പെട്ടത് ജനുവരി രണ്ടിന് ......

ക്ലാര ഫെർണാണ്ടസ് കൊല്ലപ്പെട്ടത് ജനുവരി അഞ്ചിന് ഈ സംഭവങ്ങൾ നടന്ന കാലയളവ് കൃത്യമായി പറഞ്ഞാൽ പത്ത് ദിവസത്തിനകത്താണ് അല്ലേ....?'

'അതേ.....'

'യെസ് ഇനി ഒരു കാര്യം കൂടി ശ്രദ്ധിക്കണം, ആദ്യമരണം സയനൈഡ് അകത്ത് ചെന്ന്, രണ്ടാമത്തെ ആളിയനേയും കുടിപ്പിക്കാൻ ശ്രമിച്ചു.... മൂന്നാമത്തെ ആളും സയനൈഡ് കഴിച്ചാണ് മരിച്ചിരിക്കുന്നത്.....അല്ലേ......'

'യസ്......'

'ഇതിൽ നിന്നു എന്ത് മനസ്സിലാക്കാം... കൊലപാതകി പത്തും നൂറും ഇല്ല. ഒരാൾ..... ഒരേ ആളുടെ കൈകൾ ആണ് ഈ സംഭവത്തിന് പിന്നിൽ....' ഞാൻ തുള്ളിച്ചാടിപ്പോയി....വിറയൽ അതിന്റെ ഉച്ചസ്ഥായിലായി....

'നീ എന്താ ഈ പറയുന്നത്....?'

'സത്യം പരമമായ സത്യം....'

'അതെങ്ങനെ ശരിയാവും...ആദ്യത്തെ കൊലപാതകത്തിൽ പുറത്തിറങ്ങി പോയ ആളാണ് കൊലപാതകി എന്ന് നീ പറഞ്ഞു.... പക്ഷേ അങ്കിളും ക്ലാരയുമായി എന്തുബന്ധം....? രണ്ടുപേർക്ക് ഒരു പൊതു ശത്രു ഉണ്ടാകുമോ പരസ്പരബന്ധം ഇല്ലെങ്കിൽ.....?'

'നീ പണ്ട് ഒരു തെളിയാത്ത കേസ് വായിച്ചതായി ഓർക്കുന്നുവോ? ഒരു തുകൽ കോട്ടുകാരനായ റിപ്പറിനെ കുറിച്ച്, അയാളുടെ ഇരകൾ തമ്മിൽ ഒരു ബന്ധവും ഉണ്ടായിരുന്നില്ല.... ഒരു സാമ്യം മാത്രം കൊല്ലപ്പെ

ട്ടവർ തമ്മിൽ.....'

'എന്ത്......?'

'അവരെല്ലാം പ്രോസ്റ്റിറ്റ്യൂട്ടുകൾ ആയിരുന്നു ഇതും ഒരു സീരിയൽ കില്ലറുടെ ചെയ്തിയാണെങ്കിൽ ഒരു സാമ്യം ഇതിലുമുണ്ടാകും ഉറപ്പ്.......'

'അതെങ്ങനെ.....?'

'നിനക്ക് തീരെ ക്ഷമയില്ല, ചങ്ങലയുടെ കണ്ണികൾ കൂട്ടിച്ചേർക്കപ്പെടുന്നതേ ഉള്ളൂ . അത് പൂർണമാകാതെ ഒരു നിഗമനത്തിൽ എത്താൻ സാധിക്കില്ല,ഒരു അന്വേഷക തെളിവുകളോടൊപ്പം തന്നെ ഊഹത്തിലും മുൻപന്തിയിൽ ആയിരിക്കണം.... എങ്കിലേ അവൾക്ക് വിജയിക്കാനാകൂ....'

'പോലീസ് അന്വേഷണം......?'

'അതിനുത്തരം നിനക്കറിയില്ലേ ഞാൻ പറയാം......1.5 നു പുറത്തു പോയ രൂപം, സ്ത്രീയായാലും... പുരുഷനായാലും....'

'എന്താ എനിക്ക് മനസ്സിലായില്ല.....?'

നിന്റെ ബുദ്ധി മരവിച്ചോ നിയ..... വാച്ച്മാൻ ലൂയിസ് പറഞ്ഞില്ലേ.... അയാൾ കാൻറീനിൽവെച്ച് കണ്ട ഇല്ലിക്കാടുകൾക്കിടയിൽ കൂടെ നടന്നു നീങ്ങിയ രൂപം.... അവൻ... അല്ലെങ്കിൽ അവൾ....ആണ് കൊലയാളി....'

'ഡയാന.......!?'

'ഞാൻ പറയുന്നതല്ല പോലീസ് അന്വേഷണം തെളിയിക്കുന്നതും കൊലപാതകിയാണെന്ന് സ്ഥാപിക്കുന്നതും ആ രൂപത്തെ ആയിരിക്കും......'

'അതെങ്ങനെ....?'

'ആദ്യം പുറത്തു പോകുന്ന സമയത്ത് മെയിൻ ഗേറ്റിൽ ഒരാളും പ്രധാന വാതിൽക്കൽ ആരും തന്നെ ഇല്ല എന്നുള്ള കാര്യം മറന്നു പോയോ.....?'

'യെസ്..... മാർട്ടിന് ഫോൺ വന്ന സമയം....'

'എക്സാറ്റ്ലി..... ഇപ്പോൾ ബുദ്ധി തെളിഞ്ഞു വരുന്നുണ്ട്.....'

ഞാൻ തല കുനിച്ച് അവളുടെ അഭിനന്ദനം ഏറ്റുവാങ്ങി.....

'ഒരുമണിക്ക് കൊലനടത്തി 1.5 കഴിഞ്ഞു ആരും കാണാതെ പുറത്തുപോയ ആൾ തന്നെയാണ് കൊലപാതകി....'

'അതാവുമോ ശരി......?'

'പറയാറായിട്ടില്ല. ആദ്യ കൊലപാതക സ്ഥലത്ത് നമ്മൾ കണ്ട ആ

ളുകൾ പ്രത്യേകിച്ചും ചുവന്ന മുടിയുള്ള കിളവിയും കറുത്ത മുഖമുള്ള ഫാദറും... ബുദ്ധിയുള്ള ക്രിമിനലുകൾ ആണെങ്കിൽ പ്രശസ്ത നടിയായും കാല് വയ്യാത്തപഴയ പട്ടാളക്കാരൻ ആയും വേഷം മാറാൻ അവർക്ക് യാതൊരു ബുദ്ധിമുട്ടും ഉണ്ടാകാൻ സാധ്യതയില്ല....അല്ലേ നിയ....??'

അവൾ ഒരു കള്ളച്ചിരിയോടെ, കുസൃതിയോടെ എന്നോട് ചോദിച്ചു....

'നട്ടപ്രാന്ത്......'

അവളെ ദേഷ്യപ്പെട്ടു നോക്കിയിട്ട് ഞാൻ എണീറ്റ് മുറിയിലേക്ക് വേഗത്തിൽ നടന്നു.

15. രഹസ്യങ്ങളുടെ താക്കോൽ

രണ്ടാമത്തെ മീറ്റിംഗ്

അന്ന് പതിവിലും തണുപ്പുള്ള ഒരു ദിവസമായിരുന്നു.. ഇന്ന് സർക്കിൾ തന്റെ റിപ്പോർട്ട് സമർപ്പിക്കും എന്നാണ് പറഞ്ഞിരിക്കുന്നത്.ഒഫീഷ്യൽ മീറ്റിംഗ് ആയതുകൊണ്ട് എസ്.പി സംഭവങ്ങൾ വിവരിക്കാമെന്ന് നേരത്തെ പറഞ്ഞിരുന്നു. അദ്ദേഹം വന്നപ്പോൾ കൂടെ ഇൻസ്‌പെക്ടറും ഉണ്ടായിരുന്നു, മേരി തന്ന കാപ്പി നുണഞ്ഞു കൊണ്ട് ഞാൻ ഉമ്മറത്തെ കസേരയിൽ പുറത്തെ മഞ്ഞു ആസ്വദിച്ചുകൊണ്ടിരിക്കുമ്പോൾ ആണ് അവർ വന്നത്.....

അവരെ അകത്ത് സ്വീകരണ മുറിയിലിരുത്തി ഞാൻ ഡയാനയെ വിളിക്കാൻ പോയി. അവൾ പ്രാർത്ഥന മുറിയിലായിരുന്നു. എസ് പി സാർ വന്നു എന്ന് കേട്ട് അവൾ സ്വീകരണ മുറിയിലെത്തി.

'എന്താ അങ്കിൾ..... ഒരു സർപ്രൈസ് വിസിറ്റ്....'

'ആദ്യ കേസിന്റെ വിശദീകരണം കഴിഞ്ഞല്ലോ..... രണ്ടാമത്തെ കേസിനെ കുറിച്ച് ചില നിഗമനങ്ങൾ ഇൻസ്‌പെക്ടറുടെ കൈവശമുണ്ട്.... അത് ഒന്ന് ചർച്ച ചെയ്യാനാണ് ഞാൻ വന്നത്...'

'സന്തോഷം ഞാനും അതിനെ കുറിച്ച് ചില നിഗമനങ്ങളിൽ എത്തിച്ചേർന്നിട്ടുണ്ട്..

ഓ ഇൻസ്‌പെക്ടർ..... താങ്കളുടെ കണ്ടെത്തലുകൾ ഒന്നു വിശദമാക്കുന്നതിൽ തെറ്റില്ല എന്നാണ് എനിക്ക് തോന്നുന്നത്.....

'ഓകെ.... സാർ... ആദ്യമായി എനിക്ക് ചൂണ്ടിക്കാണിക്കാനുള്ളത് രണ്ടു കേസുകളാണ്.... ഒന്ന് ലിയനാർഡോക്ക് നേരെയുള്ള വധശ്രമം, രണ്ട് ക്ളാര ഫെർണാണ്ടസിന്റെ കൊലപാതകം... കൊലപാതകം എന്ന് തന്നെ ഞാൻ തറപ്പിച്ചു പറയാൻ ആഗ്രഹിക്കുന്നു.... അതിലേക്ക് വഴിയെ വന്നത്താം....

ആദ്യമായി അലൻ ലിയനാർഡ്... അദ്ദേഹം ഒരു കോടീശ്വരനാണ്. ഒരുപാട് ശത്രുക്കൾ ഉണ്ട് .ബെൽമോണ്ടിന്റെ അതിർത്തിയിൽ ഒരു ചൂതാട്ടകേന്ദ്രം ഉണ്ട്... 'കാസിനോ' അവിടെവെച്ച് ഗ്യാങ്സ്റ്ററായ പീറ്റർ ഫ്രഡറിക്കിന്റെ അടുത്ത അനുയായിയായ ഹെതറിക്കുമായി അദ്ദേഹം ചെ

റിയൊരു വാഗ്വാദത്തിൽ ഏർപ്പെട്ടിരുന്നു.... ഭീകരനായ കുറ്റവാളിയാണ് പീറ്റർ....

ചെയ്ത കൊലകൾക്കും കൊള്ളക്കും കണക്കില്ല, തെളിവുകളൊന്നുമില്ല അവനെതിരെ..... ഒളിയിടങ്ങൾ ഏതൊക്കെ ആണെന്ന് അറിയില്ല, അവന്റെ സംഘങ്ങളിൽ ഒരാളായിരിക്കണം അന്ന് മിസ്റ്റർ ലിയനാർഡിനെ പിന്തുടർന്നത്.... അയാളെ പീറ്ററിന്റ ഷാഡോ ഗാങ് നോട്ടമിട്ടിരുന്നു എന്നത് സത്യമാണ്..... അവർ ആയിരിക്കണം അയാളെ കൊല്ലാൻ ശ്രമിച്ചത്... ആത്മവിശ്വാസത്തോടെ ഇൻസ്പെക്ടർ പറഞ്ഞുകൊണ്ടിരുന്നു. അങ്ങനെ വരുമ്പോൾ നേരിട്ട് അറ്റാക്ക് എന്തുകൊണ്ട് ചെയ്തില്ല എന്ന് സംശയം തോന്നാം.....

പോലീസ് ഡിപ്പാർട്ട്മെൻറ് അയാളെ ട്രേസ് ചെയ്യാൻ പരമാവധി ശ്രമിക്കുന്ന വേളയിൽ നേരിട്ട് ഒരു ആക്രമണത്തിനോ കൊള്ളയ്ക്കോ പീറ്റർ മുതിരില്ല...പിന്നെ എന്താണ് മാർഗം ഒന്നേയുള്ളൂ..... മുമ്പ് നടന്ന ഒരു കൊലപാതകത്തിന്റെ മാർഗം സ്വീകരിക്കുക കണക്ക് ആ കൊലപാതകിയുടെ അക്കൗണ്ടിൽ എഴുതിച്ചേർക്കുക.... അതിൽ അയാൾ വിജയിക്കുകയും ചെയ്തു....

ഇനി ക്ലാര ഫെർണാണ്ടസ്.... അവർ ഒരു മനോരോഗി ആയിരുന്നു എന്നത് സംശയലേശമെന്യേ തെളിഞ്ഞതാണ്. അതുപോലെതന്നെ അതിലൊരു ആത്മഹത്യയുടെ ലക്ഷണം ഒട്ടും തന്നെയില്ല.... അത് ശരിക്കും ഒരു കൊലപാതകം തന്നെയാണ് ...ആരാണ് കൊലപാതകി....? ആരെ വേണമെങ്കിലും സംശയിക്കാം.... എങ്ങനെ വേണമെങ്കിലും സംശയിക്കാം... അന്വേഷണങ്ങളിൽ ആശ്വാസത്തെക്കാളുപരി ആശയക്കുഴപ്പമാണ് സൃഷ്ടിക്കുന്നത് പ്രധാനമായും മൂന്നു കാര്യങ്ങൾ.

ഒന്ന്
എങ്ങിനെ കൊലപാതകി അകത്തു പ്രവേശിച്ചു.....?
രണ്ട്
മരണത്തിന് കാരണമായ വസ്തു എന്ത്....അതും സംഭവസ്ഥലത്ത് കണ്ടെത്തിയ വസ്തുക്കൾ തമ്മിലുള്ള ബന്ധം..?
മൂന്ന്
എന്താണ് മോട്ടീവ്.....?

ഓരോന്നിനും ഉത്തരം കണ്ടെത്തേണ്ടത് ആവശ്യമാണ്. കൊലപാതകി ഏതെങ്കിലും രഹസ്യമാർഗങ്ങളിലൂടെ അകത്തുചെന്ന് കാ

ണും....കാരണം സദാ കാവൽ ഉള്ള ഒരു സ്ഥലമാണിത്....അയാൾ അകത്ത് പ്രവേശിച്ചത് ക്ലാരയുടെ വീട്ടിലേക്കുള്ള വഴിയിലൂടെ തന്നെയാവണം..... പിന്നെ എന്താണ് ക്ലാരയുടെ മരണത്തിന് കാരണമായ വസ്തു എന്നുള്ളത്.... പോസ്റ്റ്മോർട്ടം റിപ്പോർട്ട് അനുസരിച്ച് സയനൈഡ് എന്ന മാരകമായ വിഷം കൊണ്ട് തന്നെയാവണം.....

പിന്നെ അവിടെ ഉപേക്ഷിച്ച വസ്തുക്കളുടെ സാംഗത്യം എന്ത്...

മനപ്പൂർവ്വമോ അതോ അബദ്ധത്തിൽ സംഭവിച്ചതോ.... പിന്നെ മൂന്നാമത്തെ ചോദ്യം എന്താണ് മോട്ടീവ്.... അത് ഇപ്പോഴും വ്യക്തമല്ല... അന്വേഷണം നേർവഴിക്ക് തന്നെയാണ് നീങ്ങുന്നത്.... ആരൊക്കെ അവിടെ വന്നിരുന്നു ആരാ കൊലപാതകങ്ങൾക്കു പിന്നിൽ എന്താണ് ഈ മരണങ്ങൾക്ക് പിന്നിലുള്ള രഹസ്യം എന്നുള്ളത് ഇപ്പോഴും അജ്ഞാതമാണ്....'

ഇൻസ്പെക്ടർ പറഞ്ഞു നിർത്തി.....

എസ്.പി മുറുകിയ മുഖത്തോടെ ഇരിക്കുകയായിരുന്നു.... ഞാൻ ഡയാനയെ നോക്കി... അവൾ മുടിയിഴകൾ വിരൽ കൊണ്ട് കോതി ഒരു പ്രത്യേക ബിന്ദുവിൽ ശ്രദ്ധ കേന്ദ്രീകരിച്ച് ഇരിക്കുകയായിരുന്നു. ഇൻസ്പെക്ടർ നിർത്തിയപ്പോൾ അവൾ മുഖമുയർത്തി.

'എന്താണ് നിനക്ക് തോന്നുന്നത് ആകെ നൂലാമാലകൾ ആണല്ലോ.....?'

എസ്.പി പറഞ്ഞു

'അങ്കിൾ.... ഒരു കുറ്റാന്വേഷകന് ആദ്യം വേണ്ടത് അറിവാണ്..... രണ്ടാമതായി കാര്യങ്ങളെ തരംതിരിക്കാൻ ഉള്ള കഴിവ്, മൂന്നാമതായി ഊഹം.....അതായത് നിഗമനശാസ്ത്രം എന്നുള്ളതാണ്....

ആദ്യമായി അലൻ ലിയനാർഡിന്റെ കാര്യം..... ഇൻസ്പെക്ടർ പറഞ്ഞതൊക്കെ ഞാൻ അംഗീകരിക്കുന്നു.... പക്ഷേ ജനലിൽ കണ്ട എഴുത്ത് എന്താണ്.....എന്തുകൊണ്ട് ഒരു തോക്ക് കൊലയാളി ഉപയോഗിച്ചില്ല, രക്ഷപ്പെടാത്ത രീതിയിൽ ഒരു കുടുക്ക് സ്വീകരിച്ചില്ല....രക്ഷപ്പെടാൻ അനുവദിച്ചാൽ തങ്ങളെ ചൂണ്ടി കാണിച്ചു കൊടുക്കില്ല എന്ന് എങ്ങനെ ആ ഗ്യാങ്ങിന് ഉറപ്പു നൽകാൻ സാധിക്കും.....

അങ്ങനെ കുറെ ചോദ്യങ്ങൾ,അതായത് ലൂപ് ഹോൾസ് ഈ തിയറിയിൽ ഉണ്ട്.... എസ്.പി തലകുലുക്കി.....

'എന്റെ അഭിപ്രായത്തിൽ കൊല്ലാൻ തീരുമാനിച്ചാൽ അതിസങ്കീർണമായ രീതി ഒരു ഗ്യാങ്സ്റ്റർ സ്വീകരിക്കില്ല.... ഏറ്റവും എളുപ്പമുള്ളതും വിജയിക്കുമെന്ന് ഉറപ്പുള്ളതുമായ ഒരു മാർഗം സ്വീകരിക്കാനെ സാ

ധ്യതയുള്ളൂ.... പിന്നെ ചെറിയൊരു വഴക്കിന്റെ പേരിൽ ഒരാളെ കൊല്ലാൻ വിഡ്ഢി ഒന്നുമല്ല പീറ്റർ... താൻ പുറത്തുവന്നാൽ തനിക്കുതന്നെ അപകടം ആണെന്നിരിക്കെ ഈ നിസാര കാരണത്തിന് മറ്റുള്ളവരുടെ ശ്രദ്ധ പിടിക്കാൻ അയാൾ നോക്കുമോ...? ഇല്ല... എന്നാണ് എന്റെ നിഗമനം.... ഇനി ക്ലാരയുടെ കൊലപാതകം....അത് ആത്മഹത്യ അല്ലെന്നു തീർച്ചയാണ്.... തെളിവുകളുടെ അഭാവം ഈ കേസിൽ ഉണ്ട് എന്ന് ഞാൻ വിശ്വസിക്കുന്നില്ല..... പക്ഷെ അവിടെ കണ്ട സാക്ഷികളുടെ മൊഴികൾ ഒന്നുകൂടി എടുത്ത് അവിടെ കണ്ട വസ്തുക്കൾ ഒന്നുകൂടി പഠനവിധേയമാക്കിയാൽ കുറച്ചുകൂടി വ്യക്തമായ ഒരു സിദ്ധാന്തത്തിന് രൂപം കിട്ടും എന്നാണ് എന്റെ വിശ്വാസം......

'ചില കാര്യങ്ങൾ ഇൻസ്‌പെക്ടർ അന്വേഷിച്ചു കണ്ടെത്തിയിട്ടുണ്ട്... പക്ഷേ അവ തമ്മിൽ കൂടി ചേർക്കാൻ ഒരു മാർഗ്ഗവുമില്ല....എസ് പി പറഞ്ഞു....

അതേ പ്രധാനമായും കുറച്ചു കാര്യങ്ങൾ ഉണ്ട്,

1. അവിടെ നഷ്ടപ്പെട്ട നിലയിൽ കണ്ട ബാഗ് ആരുടേതാണ്....
2. അവിടെ പേപ്പറുകളിൽ കണ്ട വാക്കുകൾ... അതിന്റെ സാംഗത്യം... എന്താണ് ...
3. ഷൂ ലേസിന്റെ രഹസ്യം
4. അവിടെ മൊഴിനൽകിയവർ പറഞ്ഞതെല്ലാം സത്യമാണോ....

ഇതിനൊക്കെ ഉത്തരം കിട്ടിയോ....?

'യെസ്. ആ ഹാൻഡ് ബാഗ് മാർഗരറ്റിന്റേതാണ്....'

അത് മാർഗരറ്റിന്റേത് തന്നെ ആകും എന്ന് എനിക്ക് ഉറപ്പായിരുന്നു....

' അതുപോലെതന്നെ ക്ലാരയും സെബാസ്റ്റ്യാനോയും തമ്മിൽ ചില പ്രശ്നങ്ങൾ നടന്നതായി തെളിവ് കിട്ടിയിട്ടുണ്ട്......'

'അതെന്താ.....' ഡയാന ചോദിച്ചു....

' അയാൾ അവരെ വിവാഹം കഴിക്കാൻ ആഗ്രഹിക്കുന്നു എന്നും അവർ അതിനു സമ്മതിച്ചില്ല എന്നും ഞങ്ങൾക്ക് അറിയാൻ കഴിഞ്ഞു.... അത് മാത്രമല്ല ബെൽമിറോയും ക്ലാരയും ഒരുമിച്ച് ജോലി ചെയ്തിട്ടുണ്ട്....വർഷങ്ങൾക്ക് മുൻപ് ,ബെൽമിറോയുടെ ഒരു സുഹൃത്തായ ബ്രിഗേഡിയർ മാനുവൽ ആണ് ഈ വിവരം തന്നത്...ബെൽമിറോയെ സർവീസിൽനിന്ന് പിരിച്ചുവിടുകയായിരുന്നു എന്നാണ് അറിവ്.... കാരണം വ്യക്തമല്ല.... രേഖകൾ പരിശോധിച്ചപ്പോൾ അയാൾ ഒരു കോർട്ട് മാർഷ്യൽ നേരിട്ടതായി അറിയാൻ കഴിഞ്ഞു.... ഒരു സൈനികനെ വധിക്കാൻ

ശ്രമിച്ച കേസിൽ.... ആ കേസിലെ സാക്ഷിയായിരുന്നു മിസ്സിസ് ക്ലാര.....

'മൈ ഗോഡ്......'

ഞാൻ അമ്പരന്നുപോയി....

' മാർഗരറ്റ്....'ഡയാന ചോദിച്ചു... എനിക്കും അതായിരുന്നു അറിയേണ്ടിയിരുന്നത്....

മാർഗരറ്റ് ഒരു തികഞ്ഞ നടി തന്നെയാണ് അവരുടെ ബാഗ് ആണ് അവിടുന്ന് കിട്ടിയത് എന്ന് അറിഞ്ഞിട്ടും അവർക്ക് ഒരു കുലുക്കവുമില്ല.....

പിന്നെ മറ്റൊരു പ്രധാന കാര്യം ഉണ്ട് ഫ്രാൻസിസിന്റെ കസിനാണ് മാർഗരറ്റ്.....

ഡയാന ഒന്നിളകിയിരുന്നു......

'എനിക്ക് തോന്നുന്നത് തികച്ചും വ്യക്തിപരമാണ് ഈ കൊലപാതകം. എന്നുള്ളതാണ്....മുൻപ് നടന്ന ഒരു കൊലപാതകത്തിന്റെ മറവിൽ നടന്ന മറ്റൊന്ന് അത് തന്നെയാവും സത്യം....'

എസ്. പി പറഞ്ഞു നിർത്തി....

ഡയാന ആലോചനയോടെ നിന്നു..... കുറച്ചു നേരം കൂടി കഴിഞ്ഞ് അവർ യാത്ര പറഞ്ഞു.....

അവളെ ഞാൻ ശ്രദ്ധിച്ചു....

'എന്താ നീ ആലോചിക്കുന്നത് .....?'

'കള്ളൻ കപ്പലിൽ തന്നെ ആണോ എന്നാണ് ഞാനാലോചിക്കുന്നത്....'

'എന്നുവെച്ചാൽ...?'

'എന്നുവെച്ചാൽ കൊലപാതകി നമ്മുടെ അടുത്തു തന്നെ ഉണ്ടോ എന്നും... ചിരിക്കുന്ന മുഖം മൂടി മാറ്റിയാൽ കൊലയാളിയുടെ രൂപം തെളിഞ്ഞാലോ....?'

'നീ എന്താ ഈ പറയുന്നത്.....?'

'വഴിയെ പറയാം.....'

അവൾ വായടച്ചു.

16. ഇരുട്ടിൽ നിന്നും വെളിച്ചത്തിലേക്ക്

അന്നൊരു ശനിയാഴ്ചയായിരുന്നു.... ആ ദിവസത്തെ കുറിച്ച് ഓർക്കുമ്പോൾ എനിക്ക് ....എന്താ പറയുക ഒരാവേശമാണ് ഇപ്പോഴും തോന്നുന്നത്...

കാരണം അത്രയ്ക്ക് ആവേശകരമായ കാര്യങ്ങളാണ് പിന്നീട് നടന്നത്....

വായനക്കാർ അക്ഷമരാകണ്ട.....കാര്യങ്ങൾ ഞാൻ ആദ്യം മുതൽ പറയാം.....

എന്തോ ചിന്തിച്ചുറപ്പിച്ചത് പോലെ ആയിരുന്നു അന്നത്തെ ദിവസത്തെ അവളുടെ ചെയ്തികൾ.... രണ്ടുദിവസം അവൾ വീട്ടിലുണ്ടായിരുന്നില്ല ചില പേപ്പറുകൾ ശരിയാക്കി വെച്ചു. എസ്പി സാറിനെ വിളിച്ചു ദീർഘനേരം സംസാരിച്ചു.

അടുത്ത മീറ്റിങ്ങിന് സമയം ആയോ എന്ന് ഞാൻ സംശയിച്ചു....അവൾ എന്നോട് ഒന്നും സംസാരിച്ചില്ല..... പക്ഷേ എനിക്ക് ജിജ്ഞാസ അടക്കാനായില്ല.... ഞാൻ അവളെ ബലമായി ക്വസ്റ്റ്യൻ ചെയ്യാൻ തീരുമാനിച്ചു.....

'ഡയാന നീ എവിടെയാ പോകാനൊരുങ്ങി ആണെന്ന് തോന്നുന്നല്ലോ....'

'മേരിയെ കൊണ്ട് ഈ സുഗന്ധ ചായ ഫ്ളാസ്കിൽ നിറപ്പിച്ചതെന്തിനാ.....?'

'സോറി നിന്നോട് അധികസമയം മറച്ചുവയ്ക്കാൻ ആകില്ല എന്നെനിക്കറിയാം..... ഇന്ന് പോലീസ് ക്ലബിൽ ഒരു മീറ്റിംഗ് നടക്കുന്നു....'

'മീറ്റിംഗോ.... വാട്ട് യൂ മീൻ.....?'

'യെസ് ദ ലാസ്റ്റ് മീറ്റിംഗ്...... രണ്ട് കേസിലെയും പ്രധാന സാക്ഷികൾ ബന്ധപ്പെടുന്നവരെല്ലാം.... പോലീസ് ഉദ്യോഗസ്ഥർ അടക്കം ഇന്ന് അവിടെ ഉണ്ടാകും.....'

'എന്തിന്.....?'

'കാര്യമുണ്ട് ...നിനക്കു വഴിയേ മനസ്സിലാകും.....'

അഞ്ചുമണി കഴിഞ്ഞ് ഞങ്ങൾ ക്ലബ്ബിൽ ചെന്നു കുറച്ച് സമയം കൂടി

കഴിഞ്ഞാണ് എസ്.പി സാറും ഹാരി ഇബ്സണും, രണ്ട് കേസും അന്വേഷിച്ച ഉദ്യോഗസ്ഥന്മാരും കയറിയ വാഹനം മുറ്റത്ത് വന്നു നിന്നത്...

'ഞാൻ കാത്തിരിക്കുകയായിരുന്നു...'

ഡയാന പറഞ്ഞു..... കുറച്ചു സമയത്തിനു ശേഷം നാലഞ്ചു വാഹനങ്ങളിൽ മറ്റുള്ളവരെല്ലാം എത്തിച്ചേർന്നു. ഫാദർ നിക്കോളാസ്, ഡാനി, ആഞ്ജലീന ജോൺസ്, ഫ്രാൻസിസ്, ബോറിസ് ബഞ്ചമിൻ എന്നിവർ രണ്ടു വണ്ടികളിലും ആൽബിയോൺ, നതാലിയ എന്നിവർ മറ്റൊരു വണ്ടിയിലും ഗ്ലോറിയ സെബാസ്റ്റ്യാനോ, മാർഗരറ്റ് എന്നിവർ മറ്റൊരു വാഹനത്തിനും കല്ലിസ്റ്റോ,ആൻറണി, ലൂയിസ് ,മാർട്ടിൻ എന്നിവർ വേറൊരു വാഹനത്തിലും എത്തിച്ചേർന്നു.

ഡയാന പ്രാർത്ഥനയിൽ ആയിരുന്നു...

ഒരു ഗ്ലാസ് ചായ കുടിച്ച് തൊണ്ട ചിനക്കിയതിനുശേഷം ഡയാന പതുക്കെ പറയാൻ ആരംഭിച്ചു...

'ഞാനും എന്റെ സുഹൃത്ത് നിയയും ഒരു ക്രിസ്തുമസ് അവധിക്കാലം ആഘോഷിക്കാൻ ആയിട്ടാണ് ഇവിടെ വന്നത്... മറ്റാരുമില്ലാത്ത എനിക്ക് അങ്കിൾ മാത്രമായിരുന്നു കൂട്ട് ...പെട്ടെന്നൊരു ദിവസം അദ്ദേഹം നഷ്ടപ്പെട്ടപ്പോൾ ആകെ ഒരു നിശ്ചലാവസ്ഥ ആയിരുന്നു... അപ്പോൾ ഞാൻ തീരുമാനിച്ചതാണ് ഇതിന് പിന്നിലുള്ള രഹസ്യം എന്താണെന്ന് എനിക്ക് അറിയണം എന്നുള്ളത് ,ഞാൻ പോയ്റോടിനെ പോലെയോ ഹോംസിനെ പോലെയോ ഒരു കുറ്റാന്വേഷക അല്ല പക്ഷേ എന്റെ ലക്ഷ്യം നടത്തിയേ തീരുകയുള്ളൂ എന്ന് ഞാൻ തീരുമാനിച്ചു. ഒരിക്കലും ഉറപ്പില്ലാത്ത ലക്ഷ്യം....

അവൾ ഒന്ന് നിർത്തി..... തുടക്കത്തിൽ തന്നെ മരണത്തിന് കാരണമായത് സയനൈഡ് ആണ് എന്നു എനിക്ക് മനസ്സിലായി. ആദ്യത്തെ എന്റെ സംശയം, സാധാരണക്കാരുടെ കയ്യിൽ കിട്ടുമോ എന്നതായിരുന്നു..... പക്ഷേ അത് മാറി അങ്ങനെ സംശയിക്കാൻ ആയിരുന്നെങ്കിൽ മെഡിസിൻ പഠിച്ച ഫാദറിനെയും അഞ്ജലീന ജോൺസിന്റേയും ഞാൻ സംശയിച്ചേനെ...

ഞാനവരെ സംശയിച്ചുമില്ല, പൂർണമായി ഒഴിവാക്കിയില്ല... പിന്നെ ആണ് ഞാൻ സമയക്കണക്കിൽ ശ്രദ്ധ പതിപ്പിച്ചത് തന്നെ കൂടുതൽ വെളിച്ചത്തിലേക്കു നയിക്കുന്നതായി ഞാൻ മനസ്സിലാക്കി. സമയകണക്കുകളിൽ കൂടുതൽ ശ്രദ്ധ പതിപ്പിച്ചപ്പോൾ എല്ലാവരെയും മുഴുവൻ എനിക്ക് പഠിക്കാനായി. ആഞ്ജലീന ജോൺസിന്റെ വിചിത്രമൊഴി തെറ്റാണെന്ന് അത് കേട്ടപ്പോൾ തന്നെ എനിക്ക് മനസ്സിലായി.....

എല്ലാവരും അതൊക്കെ ഉദ്വേഗത്തോടെ കേട്ടിരിക്കുകയായിരുന്നു....

പിന്നെ എന്റെ സംശയം മറ്റുള്ളവരിലേക്ക് നീങ്ങി....ഫാദർ നിക്കോളാസ് കൃത്യസമയത്ത് പള്ളിയിലെത്തിയോ..? ഡാനിയുടെ മൊഴി സത്യം ആണോ....

ഫ്രാൻസിസ് കള്ളം പറയുകയാണോ എന്നെല്ലാം ഞാൻ സംശയിച്ചു.പോലീസ് അന്വേഷണം നല്ല രീതിയിൽ മുന്നോട്ടു പോകും എന്ന് എനിക്കറിയാമായിരുന്നു. പക്ഷേ അവരുടെ ചില കണക്കുകൂട്ടലുകൾ തെറ്റി, അത്രയേ ഉള്ളൂ....

ഫാദറിനേയും മേഡം അഞ്ജലീനയേയും ഒഴിവാക്കിയാൽ പിന്നെയുള്ളത് ഡാനിയും അയാളുടെ കൂട്ടുകാരനും പിന്നെ ഫ്രാൻസിസും ബോറിസ് ബെഞ്ചമിനും ആണ്.... ഫ്രാൻസിസ് അബദ്ധം പറ്റി സമയം പറഞ്ഞത് ആവാൻ വഴിയില്ല.... കാരണം അദ്ദേഹത്തിന്റ വാച്ചിലെ സമയം തെറ്റായിരുന്നു..... അയാളുടെ പ്രത്യേക മൊഴിയാണ് കേസിൽ വഴിത്തിരിവായത്. പുറത്തിറങ്ങിപ്പോയ ഒരു മനുഷ്യന്റെ കാര്യം....അയാളാണ് കൊലയാളി എന്ന് എനിക്ക് മനസ്സിലായി. കാരണം സമയക്കണക്കു പ്രകാരം ബാക്കി കാര്യങ്ങൾ എല്ലാം കൃത്യമായിരുന്നു...ഫ്രാൻസിസിന്റെ മൊഴിയിൽ നിന്നും അയാൾ ആരോഗ്യദൃഢഗാത്രനായിരുന്നു എന്ന് ഞാൻ മനസ്സിലാക്കി.... കാരണം അങ്കിൾ അങ്ങനെ ആയിരുന്നു....'

പെട്ടെന്ന് കറണ്ടുപോയി..... കോൺസ്റ്റബിൾ കാന്റിലുകളിൽ മെഴുകുതിരി കത്തിച്ച് വെച്ചു....

ഡയാന... തുടർന്നു......

'അപ്പോൾ എവിടെയും തൊടാതെ നിൽക്കുന്ന കൊലയാളി മാത്രമായിരുന്നു എന്റെ മനസ്സിൽ.... പിന്നെ ഒരു ചോദ്യം എന്തിന്.... എന്താണ് ഇതിന് മോട്ടീവ്.... അതാണ് എനിക്ക് മനസ്സിലാകാതെ പോയത്....ഞാൻ നിയയോട് ഒരിക്കൽ പറഞ്ഞു ഒരു വലിയ ചോദ്യത്തിന് ആദ്യം ഉത്തരം കണ്ടെത്തണം,ആ ഉത്തരത്തിന് ഇതിലെ എല്ലാ രഹസ്യങ്ങളും കണ്ടെത്താൻ കഴിയുമെന്ന്..... ഓർമ്മിക്കുന്നുണ്ടോ...... അവൾ എന്നോടു തിരക്കി....ഞാൻ തലയാട്ടി....

അതെ.....പക്ഷേ അതിനുത്തരം എനിക്ക് മനസ്സിലായില്ല..... എന്തെങ്കിലും ലഭിക്കുമെന്ന പ്രതീക്ഷയിലാണ് ഞാൻ... ലൈബ്രറിയിൽ നിന്നും ചില വസ്തുക്കൾ എടുത്തത്. പക്ഷേ അവയും എനിക്ക് ഉത്തരം തന്നില്ല....

അപ്പോഴാണ് ഞാൻ തീരെ പ്രതീക്ഷിക്കാതെ മറ്റൊരു സംഭവം നടക്കുന്നത് ഷേക്സ്പിയർ ലൈബ്രറിയുടെ അവകാശം കയ്യാളുന്ന ടെസ്റ്റി

ന്റെ ചെയർമാൻ അലൻ ലിയനാർഡിന്റെ സഹോദരനു നേരെ വധശ്രമം.... പൊലീസ് ക്ലാരിഫിക്കേഷൻ അനുസരിച്ച് ശത്രുക്കൾ അദ്ദേഹത്തെ ഗ്യാങ്സ്റ്ററായ പീറ്റർ ഫ്രഡറിക്കിന്റ അനുയായിആയ ഹെതറിക്കുമായുള്ള സംഘർഷത്തിന്റ പേരിൽ വധിക്കാൻ ശ്രമിച്ചു എന്ന്.... പ്രഥമദൃഷ്ട്യാ തന്നെ അത് തള്ളിക്കളയാൻ ആണ് എനിക്ക് തോന്നിയത്....ആ തിയറിയിൽ ലൂപ് ഹോളുകൾ ഒരുപാടുണ്ടായിരുന്നു പിന്നെയാണ് ക്ലാരയുടെ കൊലപാതകം നടക്കുന്നത്..... ഉപേക്ഷിക്കപ്പെട്ട കുറെ തെളിവുകൾ പക്ഷേ മരണങ്ങൾ തമ്മിൽ കുറെ സാമ്യം ഉണ്ടായിരുന്നു. ഇരുവരും സൈനികർ, രണ്ടും കുറ്റമറ്റ കൊലപാതകങ്ങൾ... പക്ഷെ രണ്ടാമത്തെ കൊലപാതകം.കുറ്റമറ്റതായിരുന്നു എന്നുപറയാനാവില്ല..... ഒരു ക്രിമിനലിനെ സംബന്ധിച്ചിടത്തോളം ഓരോ പാതകത്തിന് ശേഷവും അവൻ അല്ലെങ്കിൽ അവൾ കൂടുതൽ ശ്രദ്ധാലുവാകും.... അതേപോലെ തന്നെ അമിത ആത്മവിശ്വാസത്തിന്റെ പിടിയിലുമാകുന്നു.... അങ്ങനെ അമിത ആത്മവിശ്വാസം മിച്ചം വെച്ച തെളിവുകൾ ആണ് എന്ന് എനിക്ക് മനസ്സിലായി.....

അപ്പോഴേക്കും കോൺസ്ററബിൾ ചായയുമായി എത്തിയിരുന്നു.

'ഒന്നാമത്തെ കൊലപാതകത്തിലേക്ക് തന്നെ വരാം.... ആറു മണി ആയപ്പോഴാണ് മരണം സംഭവിച്ചിരിക്കുന്നത് എന്നാണ് പോസ്റ്റ്മോർട്ടം റിപ്പോർട്ട്.... ഇനി അവിടെ വന്നവരെ പരിശോധിക്കാം....

നിക്കോളാസ് നാല് മുപ്പതിന് വന്നു 5.48 ന്പോയി.... 5.50 ഓടെ റജിസ്റ്ററിൽ ഒപ്പിട്ട് ഇറങ്ങി...

ആ സമയം ലൈബ്രേറിയൻ പത്രം വായിക്കുകയായിരുന്നു....

ഇനി ബെഞ്ചമിൻ....

മൊഴിപ്രകാരം ബെഞ്ചമിനും ഫാദറും പരസ്പരം കണ്ടിട്ടുണ്ട്.... മൊഴികളിലെ സമയം തമ്മിൽ പൊരുത്തവും ഉണ്ട്..ബെഞ്ചമിൻ 6.05 കഴിഞ്ഞ് കാണുന്നത് ലൈബ്രേറിയനെ അല്ല കൊലപാതകിയെയാണ്... 6 10ന് ബാത്റൂമിൽ നിന്ന് ഇറങ്ങിവന്ന ബെഞ്ചമിൻ ഇരുട്ടിൽ മുങ്ങിയ മുറിയാണ് കാണുന്നത്.... അവിടെ ആരുമുണ്ടായിരുന്നില്ല..... അതുപോലെ പിന്നെ വരുന്ന മൊഴി ഡാനിയുടെ ആണ്.....

4 നു വന്നു 5 :30 ന് തിരിച്ചുപോയി അപ്പോൾ അവിടെ വെളിച്ചം ഉണ്ടായിരുന്നില്ല..... അഞ്ജലീന ജോൺസ് 4:30 ന് വന്നു 6 മണിക്ക് പോയി.... അത്രയുമാണ് വിവരങ്ങൾ....'

'ഇത് നേരത്തേ പറഞ്ഞതാണല്ലോ' എസ്.പി ചോദിച്ചു.....

'അതെ നേരത്തെ പറഞ്ഞതാണ്.... ഇപ്പോഴാണ് ഒരു കഥാപാത്രം

പതുക്കെ സ്റ്റേജിലേക്ക്..... മെയിൻ സ്റ്റേജിലേക്ക് വരുന്നത്.....അവൾ അർത്ഥഗർഭമായി നിർത്തി .... എന്നിട്ട് നാടകീയമായി ഡാനിയുടെ നേരെ കൈചൂണ്ടി....

'ഡാനി...... ഡാനിയൽ...ഡിസൂസ'

വിഭ്രമത്തോടെ ഡാനി എഴുന്നേറ്റു.

17. യവനിക ഉയരുന്നു

'ഡാനി എന്ന ഡാനിയൽ ഡിസൂസ നിങ്ങൾ എന്നോട് കള്ളം പറഞ്ഞു....

നിങ്ങളുടെ പേര് ഡാനി എന്നാണെന്ന് രൂപമാറ്റം വരുത്തിയ നിങ്ങളുടെ മുഖത്തിന് ഇടതുവശത്തെ കാക്കപ്പുള്ളി പോലീസ് റിപ്പോർട്ടിൽ ഇപ്പോഴും കൃത്യമായി അടയാളപ്പെടുത്തിയിട്ടുണ്ട്.... നിങ്ങൾ ഒരു സ്മഗളറാണ്....

പേരുകേട്ടയാൾ സ്വന്തമായി ഒരു സംഘം ഉള്ള ബുദ്ധിമാനായ ക്രിമിനൽ.....താടി എടുത്തകൊണ്ടോ ചെവിയിൽ മുറിഞ്ഞ പാടുള്ളത് കൊണ്ടോ നിങ്ങൾ രക്ഷപ്പെടില്ല.....അവസാനം പോലീസ് പിടിയിലാകുന്നത് ആറു മാസങ്ങൾക്കു മുമ്പ്.... ജയിൽചാടിയ നിങ്ങൾ തന്റെ സന്തതസഹചാരിയായ താടി കളഞ്ഞു. ചെവിക്ക് ചെറിയതോതിൽ രൂപമാറ്റം വരുത്തി .മുന്നിലെ രണ്ട് പല്ലുകൾ പറിച്ച് വെപ്പ് പല്ലു വെച്ചു.... നിങ്ങളെ ചികിത്സിച്ച ദന്ത ഡോക്ടറുടെ കുറിപ്പ് എന്റെ പക്കൽ ഉണ്ട് ... അയാൾക്കും നിങ്ങളെ അറിയില്ല....എല്ലാവരും വിസ്മയത്തോടെ അയാളെ... നോക്കി.....ഡാനി ഒന്നും പറയാനാകാതെ നിന്നു.....

യസ് നിങ്ങൾ അന്ന് അവിടെ വന്നത് ജയിലിലാകുന്നതിന് മുമ്പേ നടത്തിയ ഒരു ഡീലിംഗിന്റെ ബാക്കി സംസാരിച്ചു സെറ്റിൽ ചെയ്യുന്നതിനുവേണ്ടിയാണ്... കള്ളിനൻ എന്ന കപ്പലിൽ വരുന്ന മയക്കുമരുന്ന് കച്ചവടവുമായി ബന്ധപ്പെട്ട കൂടിക്കാഴ്ചയായിരുന്നു അത്....പറയൂ ഇനി ഒന്നും നിങ്ങൾക്ക് ഒളിക്കാനാവില്ല.....

'യെസ് മിസ് ഡയാന.....'

ഡാനിയുടെ സ്വരം മുൻപത്തേതിൽ നിന്ന് തീർത്തും വ്യത്യസ്തമായിരുന്നു.......

ഞാനൊരു സ്മഗളറാണ്

ഡാനിയൽ ഡിസൂസ .... ഇന്നലെയാണ് കള്ളിനൻ കപ്പൽ തുറമുഖത്ത് വന്നത്.....ആ കപ്പലിൽ നിന്ന് മയക്കുമരുന്ന് പിടിച്ച കാര്യം ഞാൻ അറിഞ്ഞിരുന്നു....

അതേ..... അത് എന്റെ ഊഹമായിരുന്നു.....നിങ്ങൾ സ്മഗളറാണ് എ

ന്നറിഞ്ഞ നിമിഷം തന്നെ അത് സംബന്ധിച്ചുള്ള ചർച്ചയാണ് നിങ്ങൾ നടത്തിയതെന്ന് എനിക്ക് ഊഹിക്കാൻ സാധിച്ചു....കേസ് ഡയറി പ്രകാരം നിങ്ങളുടെ രീതി കടൽ വഴിയുള്ള ബിസിനസാണ്.... അങ്ങനെ എന്റെ ശ്രദ്ധ അങ്ങോട്ടായി..കൂടിക്കാഴ്ച കഴിഞ്ഞ ഈ 16 ദിവസങ്ങളിൽ രണ്ട് കപ്പലുകളെ തുറമുഖത്ത് അടുത്തുള്ളൂ.... രണ്ടും പോലീസ് പരിശോധിക്കുകയും ചെയ്തു... അതിൽ കള്ളിനനിൽ നിന്നാണ് ഞാൻ ഉദ്ദേശിച്ചത് കിട്ടിയത്..... അപ്പഴേ പോലീസ് നിങ്ങളെ കുടുക്കാനുള്ള കുരുക്കു മുറുക്കി.

'യസ് ആറു മാസങ്ങൾക്കു മുമ്പ് നടന്ന ചർച്ച അതുമായി രണ്ടുപേർ ബന്ധപ്പെട്ടിട്ടുണ്ട്.... എന്റെ സംഘത്തിൽപെട്ട ഒരാൾ ഈയിടെ പോലീസ് പിടിയിലായിരുന്നു.... '

'അയാളുടെ കയ്യിൽ നിന്നാണ് ഈ ഡീലിംഗ് രേഖകൾ പോലീസിന്റെ കൈകളിലെത്തുന്നത്.... പക്ഷേ അതിന്റെ കണക്ഷൻ പിന്നെയാണ് ഞങ്ങൾക്ക് പിടികിട്ടുന്നത്.....ഡയാന പറഞ്ഞു....

എല്ലാരും ശ്വാസമടക്കിപ്പിടിച്ച് ഇരിക്കുകയായിരുന്നു.

'അവൾ പറഞ്ഞുകൊണ്ടേയിരുന്നു... ഇപ്പോൾ എല്ലാവരും വിചാരിക്കുന്നത് കൊലയാളി ഡാനി ആയിരിക്കും എന്നാണ്.....പക്ഷേ കൊലപാതകി അയാൾ അല്ല എന്നുള്ളതാണ് സത്യം....'

'നീ എന്താണ് ഉദ്ദേശിക്കുന്നത് എന്ന് മനസ്സിലായില്ല.....'

എസ്. പി പറഞ്ഞു.....

'തീർച്ചയായും വ്യക്തമാക്കാം....ഡാനിയെ സംബന്ധിച്ച് ഒരു സംശയം കീറാമുട്ടിയായി എന്റെ മനസ്സിലേക്ക് കയറി വന്ന സമയത്താണ് രണ്ടാമത്തെ വധശ്രമം നടക്കുന്നത്.... മറ്റൊരു തലവേദന... ആ സമയത്ത് ഡാനി പോലീസ് ലോക്കപ്പിൽ ആയിരുന്നു, എന്നത് സംശയാതീതമായ കാര്യമാണ്.....

ഒരുപാടൊന്നും തെളിവുകൾ അവിടെ നിന്നും ലഭിച്ചില്ല..... പിന്നെയാണ് മൂന്നാമത്തെ കൊലപാതകം നടക്കുന്നത് .കുറച്ചുകൂടി സാധ്യതകൾ തുറന്നുതരുന്ന ഒരു സംഭവമായിരുന്നു അത്..... കാരണം ആ സമയത്ത് ഡാനി ലോക്കപ്പിൽ തന്നെ ആയിരുന്നു.... അതുമാത്രമല്ല മരണവുമായി ബന്ധപ്പെട്ട് സാക്ഷികളിൽ ചിലർക്കെങ്കിലും ചില രഹസ്യങ്ങൾ ഉണ്ടെന്ന് ഞാൻ മനസ്സിലാക്കി. ഫിലോസഫിസ്റ്റായ സെബാസ്റ്റ്യാനോയുടെ ഒരു മകൾ, ഭാര്യ എന്നിവരെ വർഷങ്ങൾക്കുമുമ്പ് കാണാതായതാണ്.... തികഞ്ഞ മദ്യപാനിയായിരുന്നു. മരണത്തിനോട് അനുബന്ധിച്ച് അദ്ദേഹത്തെ പോലീസ് കസ്റ്റഡിയിൽ വച്ചെന്ന് അറിയാൻ കഴിഞ്ഞു.അ

ദ്ദേഹം ക്ളാരയോട് വിവാഹാഭ്യർത്ഥന നടത്തിയിട്ടുണ്ട്......അത് നിഷേധിച്ചപ്പോൾ സ്വാഭാവികമായും ദേഷ്യം ഉണ്ടാവാം, ഗ്ളോറിയുടെ മൊഴിയിൽ ക്ളാരക്ക് എന്തോ വിഷമമുള്ള പോലെ തോന്നിയിരുന്നു..... എന്ന് പറയുന്നുണ്ട്..

കേണൽ ബൽമിറോ വിവാഹമോചനം നടത്തിയ ആൾ ആണ്.....

സംശയാസ്പദമായ സാഹചര്യത്തിൽ നിന്നാണ് അയാളും വരുന്നത്....

പിന്നെ മ്യൂസിയത്തിലെ ജോലിക്കാരുമായി സംസാരിച്ചപ്പോൾ എനിക്ക് ബോധ്യമായ മറ്റൊരുകാര്യം മ്യൂസിയത്തിൽ പത്ത് മിനിറ്റോളം കറണ്ട് ഉണ്ടായിരുന്നില്ല എന്നുള്ളത് ആണ്.... ജനറേറ്റർ ഓണാക്കുന്നതിന് മുമ്പ് വരികയും ചെയ്തു..... മ്യൂസിയത്തിലെ പരിശോധനക്കിടയിൽ മെയിൻ സ്വിച്ചിനും ഭിത്തിക്കുമിടയിൽനിന്ന് എനിക്കൊരു കൈയ്യുറയുടെ അടയാളം ലഭിച്ചിട്ടുണ്ട്.... പിന്നെ ഇൻസ്പെക്ടറുമായി ഞാൻ നടത്തിയ ചർച്ചകളിൽ സെബാസ്റ്റ്യാനോയുടെ വിരലടയാളങ്ങൾ ലഭിച്ചിരുന്നില്ല എന്നും അദ്ദേഹം മുഴുവൻ സമയവും ഹാളിൽ തന്നെ ഉണ്ടായിരുന്നു എന്ന് ഉറപ്പു പറഞ്ഞു...

ആദ്യം കൊല നടന്നപ്പോഴോ രണ്ടാമത്തെ കൊലപാതകത്തിലോ കാണാത്ത സങ്കീർണത അവസാനമായപ്പോൾ എനിക്ക് അനുഭവിക്കേണ്ടിവന്നു.... അവിടെവച്ച് ഞാനൊരു പുതിയ തിയറിക്ക് രൂപം കൊടുത്തു. അത് പ്രകാരം രണ്ട് മരണങ്ങളുടെയും ആയുധം സയനൈഡ് ആണ്. ഇടയ്ക്ക് ഉപയോഗിക്കാൻ ശ്രമിച്ചതും അതാവണം രണ്ടു കൊലപാതങ്ങൾ തമ്മിലുള്ള വ്യത്യാസം 10 ദിവസങ്ങളാണ്....

ഇതിനിടയ്ക്ക് ഒരു വധശ്രമം നടക്കുകയും ചെയ്തു.... ഈ കാര്യങ്ങൾ ഞാൻ എന്റെ സുഹൃത്ത് നിയയോട് പറഞ്ഞപ്പോൾ അവൾ ചോതിച്ച ചോദ്യം ഇവിടെ പ്രസക്തമാണ്....... ഒരു പരമ്പര കൊലയാളിയാണ് ഈ മരണങ്ങൾക്ക് പിന്നിൽ എങ്കിൽ ഈ ആളുകൾ തമ്മിൽ എന്തോ ഒരു ബന്ധം ഉണ്ട്..... ഒരു പൊതു ശത്രു ഒരിക്കലും ഉണ്ടാവില്ലല്ലോ പരസ്പരബന്ധം ഇല്ലെങ്കിൽ. അപ്പോൾ ഞാൻ അത് ശ്രദ്ധിച്ചില്ല..... എങ്കിലും പിന്നെ അതിനു പുറകെ ആയിരുന്നു ഞാൻ. എന്തായാലും ശരിക്കും അവർ തമ്മിൽ ഒരു ബന്ധവും ഇല്ല എന്നതാണ് സത്യം, കൊലപാതകി ഇവരെ ലക്ഷ്യമിട്ടതിന് പിന്നിൽ ഒരു രഹസ്യമുണ്ട്.... അതവിടെ നിൽക്കട്ടെ....

രണ്ടാമത്തെ മരണത്തിലേക്ക് വരാം.... ഇവിടെ തെളിവുകളുടെ ബാഹുല്യം കാണാം....

ഒരു ലേഡീസ് ഹൻഡ്ബാഗ്, എന്തോക്കെയോ കുത്തിക്കുറിച്ച ഒരു കടലാസ്, ഒരു മാല എന്നിവയായിരുന്നു.

സയനൈഡ് നൽകി മരണം ഉറപ്പാക്കാൻ ഷൂലേസ് കൊണ്ടോ ലേഡീസ് ഹാൻഡ് ബാഗ് കൊണ്ടോ കഴുത്തുഞെരിച്ചിരിക്കണം എന്ന് ഞാൻ അനുമാനിച്ചു. ശരീരത്തിന്റെ ഫോട്ടോ പരിശോധിച്ചപ്പോൾ മരണം നടന്നത് ഹാൻഡ് ബാഗ് കൊണ്ട് അല്ല എന്ന് എനിക്ക് മനസിലായി.... '

'എങ്ങനെ......?'

കാരണം ഹാൻഡ്ബാഗിന്റെ വള്ളി നിർമ്മിച്ചിരിക്കുന്നത് ഫൈബർ നാരുകൾ പരസ്പരം ചുറ്റിപ്പിണച്ചാണ്.... കഴുത്തിലത് മുറുകുമ്പോൾ മാംസളമായ ആ ഭാഗത്ത് അടയാളം പതിയും.... പക്ഷേ കഴുത്തിൽ അത് ഉണ്ടായിരുന്നില്ല...അങ്ങിനെയാണ് ഷൂ ലെസ് ഉപയോഗിച്ചാണ് അത് ചെയ്തിരിക്കുന്നത് എന്ന് ഞാൻ മനസ്സിലാക്കിയത്..... കലിസ്റ്റോയെ രണ്ടാമത് ചോദ്യംചെയ്തതിൽ നിന്നും ആർക്കോ ഫോൺ ചെയ്യാൻ പോയ മാർഗരറ്റ് മേശമേൽ മറന്നു വെച്ചതാണ് ആ ബാഗ് എന്ന് ഞാൻ തിരിച്ചറിഞ്ഞു....

അതുപോലെതന്നെ ആ ഷൂലേസും മോഷ്ടിച്ചതാണ് എന്ന് എനിക്ക് മനസ്സിലായി..... പിന്നെ എന്റെ സംശയം ആ മാലയെ ചുറ്റിപ്പറ്റി ആയി. അതിനു രണ്ടു സാധ്യതയുണ്ട്.

ഒന്ന് കൊലപാതകി മറ്റൊരാളെ സംശയിക്കാൻ മനപ്പൂർവ്വം ഉപേക്ഷിക്കുക, രണ്ട് അറിയാതെ നഷ്ടപ്പെടുക. ഉപേക്ഷിച്ചതാണെങ്കിലും അല്ലെങ്കിലും അതൊരു തുരുമ്പായി എന്റെ മനസ്സിന്റെ ഉള്ളിൽ കിടന്നു...... ഞാൻ വിട്ടു പോയ ഒരു കാര്യം ആ സമയത്താണ് എന്റെ ശ്രദ്ധയിലെത്തുന്നത്......

'കൊലപാതകശ്രമം നടന്ന സ്ഥലത്തും കൊലപാതക സ്ഥലത്തും കണ്ടെത്തിയ ചില വാക്കുകൾ.......

അലൻ ലിയനാർഡിന്റെ മുറിയിൽനിന്ന് കിട്ടിയത് meutre. ക്ലാരയുടെ മുറിയിൽ നിന്ന് കിട്ടിയത് Uxorem vengeance ഈ രണ്ടു വാക്കുകളാണ് ...പോലീസ് അതിന് വലിയ പ്രാധാന്യം കൊടുത്തില്ല പക്ഷേ ഞാൻ അത് വളരെ ഗൗരവമായി ശ്രദ്ധിച്ചു... ഒരിക്കലും ഇംഗ്ലീഷ് ഭാഷയല്ല, മറ്റേതെങ്കിലും ആയിരിക്കണം എന്ന് ഞാൻ ഊഹിച്ചു....ഞാൻ കണ്ടുപിടിക്കുകയും ചെയ്തു.അങ്കിളിന്റെ മേശപ്പുറത്തു ഒരു പേപ്പറിലും ഇങ്ങനെ എഴുതിയിരുന്നു....ഇത് ഒരിക്കലും ഒരു ഭാഷയല്ല ഫ്രഞ്ച്, ലാറ്റിൻ എന്നിവ ചേർത്ത് യോജിപ്പിച്ച് ഒരു വാക്ക്. അന്വേഷണഉദ്യോഗസ്ഥനെ

തെറ്റിദ്ധരിപ്പിക്കാൻ വെറും ഒരു പ്രഹസനം കാണിച്ചതാണ് എന്ന് പറയേണ്ടിവരും....'

'ഇനി മർമ്മ പ്രധാനമായ ഒരു ഭാഗത്തേക്ക് വരാം.... എന്തൊക്കെയാണ് നമ്മൾ ശ്രദ്ധിക്കേണ്ടത് എന്ന് നോക്കാം......

ഒന്ന് ഇവർ മൂവരും തമ്മിലുള്ള ബന്ധമെന്താണ്.....

രണ്ട് എന്താണ് മോട്ടീവ്

മൂന്ന് എങ്ങനെ നടത്തി

നാല് ഡാനിയുടെ പങ്ക് എന്നിവയാണ്

ഇവർ തമ്മിലുള്ള ബന്ധം പ്രഥമദൃഷ്ട്യാ ഒന്നും തന്നെ ഇല്ല എങ്കിലും മറ്റേതെങ്കിലും തരത്തിൽ ബന്ധം കാണും എന്ന് ഞാൻ ഉറപ്പിച്ചു....

അങ്ങനെയാണ് മൂവരുടേയും സുഹൃത്തുക്കളെയും ചുറ്റുപാടുകളെക്കുറിച്ച് ഞാൻ അന്വേഷണം നടത്തിയത് .....അത് ഒരു ഇരുണ്ട മേഖലയിൽ വെളിച്ചം വീശുന്ന ഒന്നായിരുന്നു....അത് ഇങ്ങനെ ആയിരുന്നു.....

1. ഇവർ മൂവരും തമ്മിൽ ഒരു പരിചയം പോലുമില്ല.....

2. ഇവർക്ക് മൂവർക്കും പരിചയമുള്ള ഒരു വ്യക്തിയുണ്ട് എന്ന സത്യം.

....യെസ് അയാൾക്ക് ഈ ഗ്രാമത്തിൽ പരിചയമുള്ള മൂന്ന് വ്യക്തികൾ ഇവർ മൂവരും ആയിരുന്നു... എന്ന പ്രധാന സത്യം.... ആ വ്യക്തി ഡിറ്റക്ടീവ് ഇൻസ്പെക്ടർ മാർക് ജോൺ ആയിരുന്നു.....'

'കഴിഞ്ഞ വർഷം ആക്സിഡൻറിൽ മരിച്ച മാർക്ക് ജോൺ......' എസ്. പി പറഞ്ഞു....

'അതേ മാർക്ക് ജോൺ തന്നെ....ഒരു പ്രധാനപ്പെട്ട കേസിന്റെ പിന്നാലെയായിരുന്നു അയാൾ. അല്ല ഒരാളുടെ പിറകെ, പീറ്റർഫ്രഡറിക്കിന്റെ, രണ്ടുവർഷം മുമ്പ് നടന്ന ഒരു ഗാങ്സ്ററർ അറ്റാക്കിൽ പീറ്റർ കൊല്ലപ്പെട്ടു എന്നാണ് പൊതുവേ വിശ്വസിച്ചിരുന്നത്.... എന്നാൽ അത് തെറ്റാണ് എന്നും മരിച്ചത് പീറ്ററുടെ അടുത്ത അനുയായി ആണെന്നും കാട്ടി മാർക്ക് ഒരു ലേഖനം പ്രസിദ്ധീകരിച്ചിരുന്നു... അന്നുമുതൽ അയാൾ പീറ്ററിന്റെ പിറകെയാണ് പീറ്റർ അയാൾക്ക് പുറകെയും....പക്ഷെ മാർക്ക് ആരാണെന്ന് പീറ്ററിന് കൃത്യമായി അറിയില്ലായിരുന്നു.... അത്ര സമർത്ഥമായിരുന്നു....മാർക്കിന്റെ നീക്കം... പീറ്ററിന്റെ ഗ്യാങ്ങിൽ നുഴഞ്ഞുകയറി രഹസ്യങ്ങളും രഹസ്യ സങ്കേതങ്ങളെ കുറിച്ചുള്ള വിവരങ്ങളും മാർക്ക് ശേഖരിച്ചു.... പക്ഷേ തന്റെ കയ്യിലെ രഹസ്യങ്ങൾ ഏത് നിമിഷവും നഷ്ടപ്പെടാമെന്നും തന്റെ ജീവൻ എപ്പോ വേണമെങ്കിലും പോകാം എന്നും മനസ്സിലാക്കിയ മാർക്ക് ഗ്രാമത്തിലുള്ള തന്റെ സുഹൃത്തുക്കളു

ടെ കയ്യിൽ രഹസ്യങ്ങൾ ഏൽപ്പിച്ചു.... ഒപ്പം അത് സൂക്ഷിച്ച ലോക്കറിന്റെ രഹസ്യ നമ്പരും. പരസ്പരം അറിയാതെ ഗോമസ് അലക്സാണ്ടറും....ക്ളാര ഫെർണാണ്ടസും അത് കൈപ്പറ്റി....ഒരാൾ നമ്പറിന്റെ ഒരു ഭാഗവും മറ്റൊരാൾ അടുത്തഭാഗം സൂക്ഷിക്കണം എന്നായിരുന്നു കരാർ...ഒരാൾ അപകടത്തിൽപെട്ടാലും രഹസ്യങ്ങൾ പീറ്ററിന് കിട്ടരുത്.... ക്ലാര ഫെർണാണ്ടസ് തന്നെത്താനറിയാതെ ആ രഹസ്യം പുറത്തു വിട്ടു....അത് അറിയേണ്ടവർ അറിയുകതന്നെ ചെയ്തു.....ഇവിടെ പ്രധാന കഥാപാത്രം വേദിയിൽ എത്തുന്നു... നിങ്ങൾ പിടിയിലായി കഴിഞ്ഞിരിക്കുന്നു....ഡോക്ടർ....ഹാരി ഗിബ്സൻ.....അല്ല പീറ്റർ ഫ്രെഡറിക്.

18. പര്യവസാനം

സൂചി വീണാൽ കേൾക്കാവുന്ന നിശബ്ദത ഭഞ്ജിച്ചത് ഡോക്ടറുടെ പൊട്ടിച്ചിരിയാണ്.....

വങ്കത്തം.....ആനവങ്കത്തം.... നിങ്ങൾക്ക് ഭ്രാന്താണ്...മിസ് ഡയാന.... നിങ്ങളുടെ പേരിൽ ഞാൻ മാനനഷ്ടത്തിന് കേസ് കൊടുക്കും.... ഈ കൊല നടന്ന സമയങ്ങളിൽ ഞാൻ പല സ്ഥലത്തായിരുന്നു.... അറിയാമോ ഗോമസിന്റെ മരണസമയത്ത് ഞാൻ ഡെയ്ഞ്ചർ എൻഡ് ക്ലബ്ബിൽ ആയിരുന്നു....അവിടെ നിന്ന് ഞാൻ പോന്നപ്പോൾ 7 കഴിഞ്ഞു. ഇതിനു സാക്ഷികളുണ്ട് 6.30 ന് ക്ലബ്ബിലെ ബാറിൽ ഇരിക്കുമ്പോഴാണ് ഞാൻ മരണവിവരമറിഞ്ഞത്....

രണ്ടാമത്തെ സംഭവസമയത്ത് ഞാൻ ബസിലിക്കയിൽ പ്രഭാഷണത്തിൽ പങ്കെടുക്കുകയായിരുന്നു. ഇതിനു സാക്ഷികളുണ്ട്. മൂന്നാമത്തെ സംഭവം നടക്കുന്നസമയത്ത് ഞാൻ എന്റെ ഹോസ്പിറ്റലിൽ ആയിരുന്നു.... ഒരു രോഗിയെ ഹിപ്നോട്ടൈസ് ചെയ്യുകയായിരുന്നു.... പിന്നെ എന്ത് അടിസ്ഥാനത്തിലാണ് നിങ്ങൾ ഇത്തരം വിലകുറഞ്ഞ പരാമർശങ്ങൾ നടത്തുന്നത്.....'

ഡോക്ടർ രോഷത്തോടെ ചോദിച്ചു...

'ഡോക്ടർ....അല്ല മിസ്റ്റർ പീറ്റർ നിങ്ങൾ ആദ്യം ക്ലബ്ബിൽ ഉണ്ടായിരുന്നു ശരിതന്നെ, 4:50 ന് ക്ലബ്ബിൽ ചെന്നതിനും സാക്ഷികളുണ്ട്. 5:10 വരെ നിങ്ങൾ അവിടെയിരുന്നു നിങ്ങൾ ബാത്റൂമിലേക്ക് പോയി. പോകുന്നത് ഒരു സ്റ്റിവാർഡ് കണ്ടിട്ടുണ്ട്. പിന്നിലൂടെയുള്ള വഴി നിങ്ങൾ പുറത്ത് കടന്നു .സംഭവം നടത്തി 6.10ഓട് കൂടി ക്ലബ്ബിൽ തിരിച്ചെത്തി.....നിങ്ങൾ കയറി വരുന്നതും കണ്ടവരുണ്ട്....രണ്ടാമത്തെ വധശ്രമത്തിന്റെ സമയത്ത് അച്ചന്റെ മേടയിലേക്ക് കയറുന്നത് കണ്ടിട്ടുണ്ട്... പക്ഷേ നിങ്ങൾ അച്ചനെ കണ്ടിട്ടില്ല ,നേരത്തെ സജ്ജമാക്കിയ കാറിൽ നിങ്ങൾ ലിയനാർഡിന്റെ വീട്ടിൽ ചെന്നു...പുറത്തു പോയി തിരിച്ചുവന്ന് സമയം 11. 20 അപ്പോൾ നിങ്ങൾ പള്ളിയിൽ ഉണ്ട്.....മൂന്നാമത് നിങ്ങൾ രോഗിയെ ഹിപ്നോട്ടൈസ് ചെയ്യുകയായിരുന്നുഎന്നത് ശരി തന്നെ.... ഉറക്കത്തിലേക്ക് വഴുതിവീണ അരികിൽ നിന്ന് നിങ്ങൾ പോയി.... തിരിച്ചുവ

ന്നത് അരമണിക്കൂർ കഴിഞ്ഞിട്ടാണ്.... അതിനു സാക്ഷികളുണ്ട് നിങ്ങൾ ഡോക്ടർ ഹാരി ഗിബ്സന്റെ ഐഡൻറിറ്റിയിൽ ജീവിക്കാൻ തുടങ്ങിയിട്ട് മൂന്ന് മാസങ്ങൾ കഴിഞ്ഞിരിക്കുന്നു... രഹസ്യങ്ങൾ അബദ്ധത്തിൽ മന സ്സിലാക്കിയ ഡോക്ടർ നിങ്ങളെ സമീപിച്ചു..... കാര്യത്തിന്റെ ഗൗരവം മ നസ്സിലാക്കി. നിങ്ങൾ ഡോക്ടറെ അവസാനിപ്പിച്ചു....ശരീരപരമായി വലി യ സാമ്യ വ്യത്യാസങ്ങളില്ലാത്ത നിങ്ങൾ താടിയിലും പുരികത്തിലും മുഖത്തും പ്ലാസ്റ്റിക് സർജറി നടത്തി.. ഡോക്ടറുടെ ഐഡന്റിറ്റിയിൽ സേഫായി കഴിഞ്ഞു അല്ലേ..... പക്ഷേ ദൈവത്തിനുമുന്നിൽ ഒരിക്കലും മറക്കാനാവാത്ത ഒന്നാണ് വിരലടയാളം... അതുപോലെതന്നെ സിഗ്നേ ച്ചർ... നിങ്ങളുടെ ഹോസ്പിറ്റലിൽ വിസിറ്റ് നടത്തിയ എനിക്ക് അത് ക ണ്ടുപിടിക്കാൻ നിമിഷങ്ങൾ മതിയായിരുന്നു. എക്സ്പേർട്ട്സ്സ് അത് സേർ ട്ടിഫൈ ചെയ്തിട്ടുമുണ്ട്....അത് പോലെ ഡോക്ടർ ഒരിക്കലും ആ ക്ല ബ്ബിൽ അംഗമായിരുന്നില്ല.... അത് അയാളുടെ സ്വഭാവവുമായിരുന്നില്ല.... ഡോക്ടർ ക്ലബ്ബിൽ വരാൻ തുടങ്ങിയിട്ട് മൂന്ന് മാസങ്ങൾ കഴിഞ്ഞതേയു ള്ളൂ എന്ന് അവിടുത്തെ മാനേജർ തറപ്പിച്ചു പറയുന്നുണ്ട് ....അതുപോ ലെ ഡോക്ടറുടെ ഹാൻഡ് റൈറ്റിംഗ്....അല്ല സംഭവം നടന്ന സ്ഥലങ്ങ ളിൽ കാണപ്പെട്ടത്.... പക്ഷേ പോലീസ് റെക്കോർഡ്സിൽ ഉള്ള നിങ്ങ ളുടെ കൈയക്ഷരം അത് തന്നെയാണെന്ന് വിദഗ്ധർ സാക്ഷ്യപ്പെടുത്തു ന്നുണ്ട്.

ഡാനിയൽ ഡിസൂസയുമായി ഡീലിംഗ് ഉറപ്പിച്ചത് നിങ്ങൾ തന്നെ യാണ് പീറ്റർ...പരസ്പരം ഒറ്റു കൊടുക്കാതെ നിങ്ങൾ കളിച്ച സമർത്ഥ മായി കളി.... അതാണ് തന്നെ സന്ദർശിച്ച കൂട്ടുകാരനെ കുറിച്ച് ഒരു വി വരവും ഡാനി വെളിപ്പെടുത്താത്തത് .... എല്ലാകാലത്തും തന്നെ രഹ സ്യങ്ങൾ രഹസ്യങ്ങളായി തന്നെ വിശേഷിപ്പിക്കാൻ നിങ്ങൾ കണ്ടെ ത്തിയ മാർഗ്ഗമായിരുന്നു ഡോക്ടറുടെ മുഖംമൂടി....അതുമായി ബന്ധപ്പെ ട്ട എന്തെങ്കിലും ഉണ്ടോ എന്ന ഭീതിയാണ് അവിടെ കയറാൻ നിങ്ങളെ പ്രേരിപ്പിച്ച ഘടകം. പക്ഷേ അവിടെ നിന്ന് നിങ്ങൾക്ക് ഒന്നും ലഭിച്ചി ല്ല.നിങ്ങൾ എല്ലായിടത്തും വിജയിച്ച ഒരു ബോൺ ക്രിമിനൽ ആണ്. പ ക്ഷേ അങ്കിളിനെ കൊന്ന കാര്യത്തിൽ നിങ്ങൾക്ക് പിഴച്ചു...ഡാനിയൽ ഡിസൂസയെ പറഞ്ഞു വിട്ടതിനു ശേഷം നിങ്ങൾ ലൈബ്രറിയിലെ മുറി യിൽ കടന്നു. പരിചയക്കാർ ആയതുകൊണ്ട് കുറച്ച് സംസാരിച്ചിരുന്നു...

അതിനുശേഷം ബലമായി തന്നെ സയനൈഡ് നിങ്ങൾ അദ്ദേഹത്തെ കുടിപ്പിച്ചു... ബഹളം മറ്റുള്ളവർ കേട്ടില്ല..സയറണാണ് നിമിത്തം.... കൂ ടാതെ വാതിൽ ചാരി ഇരിക്കുകയായിരുന്നു.... അപ്പോഴാണ് കാൽപ്പെരു

മാറ്റം കേൾക്കുന്നത്...ശവശരീരം താഴെയിട്ടിട്ട് നിങ്ങൾ മേശമേൽ അദ്ദേഹത്തെപ്പോലെ തല മറച്ചിരിക്കുന്നു.... അതിനുശേഷം അദ്ദേഹത്തിന്റെ വേഷത്തിൽ പുറത്തിറങ്ങുന്നു അല്ലേ ഡോക്ടർ കേസ് ഒരിക്കലും തെളിയില്ല..... എന്ന് നിങ്ങൾക്ക് ഉറപ്പായിരുന്നു....അതാണ് അന്വേഷകരെ വഴി തെറ്റിക്കാൻ അവിടെ ഫ്രഞ്ച് ഭാഷയിൽ ഒരു വാക്ക് എഴുതിവെച്ചത്. എല്ലാ നാടുകളിലും പോയിട്ടുള്ള നിങ്ങൾക്ക് എല്ലാ ഭാഷയും വഴങ്ങും....

'അവിശ്വസനീയം ...!!'

മാർഗരറ്റ് ....മന്ത്രിച്ചു.....

ഡോക്ടറുടെ മുഖം ഭീകരമായി ചുവന്നു.....

'പിന്നെയാണ് അലൻ ലിയനാർഡിന്റെ കൊലപാതകശ്രമം.... അവിടെ അദ്ദേഹത്തെ കാറിൽ പിന്തുടർന്നത്... നിങ്ങൾ തന്നെയാണ് കാര്യം പെട്ടെന്ന് കഴിക്കാൻ നിങ്ങൾക്ക് തിടുക്കമായിരുന്നു..... പക്ഷേ ശ്രമം പാളി...

പിന്നെ മ്യൂസിയത്തിലെ കൊല...അതിൽ നിങ്ങൾ കുറച്ചുകൂടി മുൻകരുതൽ എടുത്തു... ഡോക്ടറോട് ക്ലാരയെക്കുറിച്ചും മറ്റുള്ള പ്രധാന ആളുകളെ കുറിച്ചുള്ള ഡീറ്റെയിൽസ് നിങ്ങൾ ശേഖരിച്ചിരുന്നു..... മാർക്ക് ജോണിന്റെ പിറകെ കൂടിയ നിങ്ങളുടെ ആളുകൾ അയാൾ പ്രധാനമായി പോകുന്ന മൂന്നു സ്ഥലങ്ങൾ നോട്ട് ചെയ്തിരുന്നു.... ലൈബ്രറി....അലന്റെ വീട്.... മ്യൂസിയം. ക്ലാരക്ക് അറിയാവുന്ന രഹസ്യം എന്തായാലും മറ്റു രണ്ടു പേർക്കും അറിയാം എന്ന് അതിബുദ്ധിമാനായ നിങ്ങൾ മനസ്സിലാക്കി. രഹസ്യവഴി മ്യൂസിയത്തിൽ ബോൺസ് മെറ്റീരിയൽ സൂക്ഷിക്കുന്ന മുറിയിലെത്തി... മറ്റാരും കാണാതെ ഇരിക്കാൻ പറ്റുന്ന മുറിയാണ്. ഇരുട്ടു തിങ്ങിയ ആ മുറി.... നിങ്ങളവിടെ പതുങ്ങിയിരുന്നു.... അതിനു തൊട്ടടുത്ത് സാഹിത്യന്മാരുടെ ബിലോങ്ങിങ്സ് സൂക്ഷിച്ചിരിക്കുന്ന മുറി....അവിടെ തന്നെയാണ് മെയിൻ സ്വിച്ച് ...ക്ലാര മുറിയിലേക്ക് കയറുന്നത് നിങ്ങൾ ആ മുറിയിൽ നിന്ന് കണ്ടു വളരെ വിദഗ്ധമായി നിങ്ങളാ മുറിയിലെത്തി. കൂടെ തന്നെ മാർഗററ്റ് മറന്നു വച്ച ബാഗും കൈക്കലാക്കി....എന്നിട്ട് മെയിൻ സ്വിച്ച് ഓഫ് ആക്കി നേരത്തെ കൈയിൽ കരുതിയിരുന്നഷൂലേസ് കൊണ്ട് പുറംതിരിഞ്ഞു നിൽക്കുകയായിരുന്ന ക്ളാരയെ നിങ്ങൾ ബലമായി കഴുത്തു ഞെരിച്ചു..... അർധബോധാവസ്ഥയിലായ അവർക്ക് സയനൈഡ് കൊടുത്തു മെയിൻ സ്വിച്ച് ഓണാക്കി വന്ന വഴിയിലൂടെ തിരിച്ചുപോന്നു.....ഒരു ഞരക്കത്തോടെ എല്ലാം അവസാനിച്ചു.... എല്ലാവരും പീറ്ററിനെ നോക്കി.....അയാളുടെ മുഖത്ത് ക്രൂരമായ ഒരു ഭാവം തെളിഞ്ഞു.... അയാൾ ചുറ്റുപാടും നോക്കി... എന്നിട്ട്

പുറത്തേക്ക് പാഞ്ഞു.... പക്ഷേ വാതിലിൽ കാത്തുനിന്ന പോലീസ് സംഘമാണ് അയാളെ എതിരേറ്റത് ....

ഇനി അയാൾ നിങ്ങളുടെതാണ് അങ്കിൾ ....യൂ ക്യാൻ ടേക്ക് ഹിം.....ഡയാന പറഞ്ഞു...

ഉപസംഹാരം

മേരിയുടെ കാപ്പി ആസ്വദിച്ചു കൊണ്ടിരിക്കുന്നതിനിടയിലാണ് ഞാൻ എന്റെ സംശയത്തിന്റെ കെട്ടഴിച്ചത്....

'ആ മാലയുടെ രഹസ്യം എന്താണ് ഡയാന....?'

'ആരുടേതായാലും ഒരു പുരുഷന്റേതായിരിക്കും എന്നു എനിക്ക് തോന്നിയിരുന്നു. അത് മാത്രം അല്ല അവിടെ വന്ന ആരും തങ്ങളുടെ കയ്യിൽ നിന്ന് അങ്ങനെയൊരു നഷ്ടം വന്നതായി ഭാവിക്കുക പോലും ചെയ്തിരുന്നില്ല.... അന്വേഷണം വഴിതെറ്റിക്കാനുള്ള പീറ്ററിന്റെ അടവായിരുന്നു അത്.'

'മോഷണം.....'

'ഞാൻ പറഞ്ഞില്ലേ ഈ വീടിനെ കുറിച്ച് മനസ്സിലാക്കാനും താക്കോലെടുക്കാനുമാണ്....അയാൾ അന്നിവിടെ വന്നത് അല്ലാതെ എന്നെ കേസിൽ സഹായിക്കാനല്ല റാക്കിൽ കിടന്നിരുന്ന രണ്ടു താക്കോലുകളിൽ ഒന്ന് പുതിയതായിരുന്നു....

'എന്തിനാണ് അയാൾ ഇവിടെ കയറിയത്....?'

'ഈ വിവരം എവിടെയെങ്കിലും രേഖപ്പെടുത്തി വച്ചിട്ടുണ്ടെങ്കിൽ അത് കൈക്കലാക്കാൻ..... പക്ഷേ ആ രേഖ ഡയറി നേരത്തെ തന്നെ എന്റെ കൈവശം വന്നിരുന്നു....'

'എങ്ങനെയാണ് ഡോക്ടർ പീറ്റർ മാറിയതാണെന്ന് നീ മനസ്സിലാക്കിയത്....'

ഒരാൾക്ക് എത്ര അനുകരിച്ചാലും മറ്റൊരാളായി മാറുവാനാവില്ല....സംസാരിച്ചു കൊണ്ടിരിക്കുന്നതിനിടയിൽ ഡോക്ടർ തൊണ്ട ചിനക്കാറുണ്ട്.....അതു പോലെ പണ്ട് സംഭവിച്ച ഒരു അപകടം മൂലം അദ്ദേഹത്തിന് ചില വാക്കുകൾ അങ്ങനെ തന്നെ ഉച്ചരിക്കാൻ സാധിക്കില്ല, അത് ഞാൻ അദ്ദേഹവുമായി ബന്ധമുള്ള ആളുകളോട് അന്വേഷിച്ച് മനസ്സിലാക്കി.... പക്ഷേ നമ്മുടെ പുതിയ ഡോക്ടറുടെ അക്ഷരങ്ങൾ സ്ഫുടമാണ് അങ്ങനെ ഒരു വൈകല്യം അയാൾക്കില്ല, ഈ തിയറി ആണ് ഡോക്ടറെ കുറിച്ച് കൂടുതൽ പഠിക്കാൻ നിമിത്തമായത്.

'എന്തുകൊണ്ടാണ് എഡ്വിനെ അയാൾ കൊല്ലാതെ വിട്ടത്....'

'എഡ്ഡിന് ഇതുമായി എന്താണ് ബന്ധം?'

'ലോക്കറിന്റെ താക്കോൽ എഡ്ഡിന്റെ കൈയിലായിരുന്നു. അയാളെ കൊല്ലാതെ വിട്ടതല്ല..... സാവകാശം കിട്ടിയില്ല എന്നതാണ് സത്യം....'

'എല്ലാം തയ്യാറാക്കിയെങ്കിലും തന്നെ മനസ്സിലാക്കുമെന്ന് തോന്നി സ്ഥലം വിടുകയായിരുന്നു.....മറ്റൊരു അവസരത്തിൽ അത് ചെയ്യുകയും ചെയ്തേനെ.... അതിനുമുമ്പ് പിടിക്കപ്പെട്ടു .....'

'എങ്ങനെയാണ് ലൈബ്രറിയിലുണ്ടായിരുന്നവർ അയാളെ കാണാതെ പോയത്......'

അയാൾ സമർത്ഥമായാണ് അകത്തുകയറിയത് ....അകത്തെ മുറിയിൽ ഡാനിയുമായി രഹസ്യ ചർച്ച നടത്തിയ ശേഷം വളരെ ശ്രദ്ധിച്ചാണ് അയാൾ അങ്കിളിന്റെ മുറിയിൽ കടന്നത്.

'എന്തായാലും അത് കഴിഞ്ഞല്ലോ.... ഇനി ഡയാനയുടെ സ്പെഷ്യൽ സ്ട്രോബറി കേക്കിനുള്ള ഇൻഗ്രീഡിയൻസ് റെഡിയാക്കാൻ ഞാൻ മേരിയോട് പറയാം ... എന്നിട്ട് നമ്മൾ ഒരു ഔട്ടിങ്ങിന് പോകുന്നു.....' ഞാൻ പറഞ്ഞു.... അവൾ ചിരിച്ചു കൊണ്ട് തലകുലുക്കി.

●